INSIGHT PUBLICA®

INSIGHT PUBLICA
Kozhikode, Kerala, India 673011
www.insightpublica.com
e-mail: insightpublica@gmail.com

**Goulikalude Maranam**

**Abhyud A**

(Malayalam Stories)

First Edition: October 2020



ISBN 978-93-90404-91-9
Printed and Published by
Insightinpublica Printers & Publishers Pvt. Ltd.

# ഗൗളികളുടെ മരണം

അഭ്യുദ്

INSIGHT PUBLICA®

പറക്കാൻ പഠിപ്പിച്ച അച്ഛനും,
ചിറകുകൾ തുന്നിത്തന്ന അമ്മയ്ക്കും വേണ്ടി...

തിരുവനന്തപുരം സ്വദേശം, 1987ൽ ജനനം. തിരുവനന്തപുരം ടെക്നോപാർക്കിലെ ജീവനക്കാരനാണ്.
ഭാര്യ മായ, മകൾ വേദ എന്നിവർക്കൊപ്പം തിരുവനന്തപുരത്തെ പേയാട് സ്ഥിരതാമസം.

**അഭ്യുദ് എ**

# ഉള്ളടക്കം

# ചില ചിതറിയ ചിത്രങ്ങൾ

## 1. സന്ധ്യാവന്ദനം

കടലായിരുന്നു... കറുത്ത തിരകളുള്ള കടൽ... പൂഴിമണ്ണിൽ കാലുറപ്പിച്ച് അയാൾ നിന്നു. മുന്നിൽ ഒരു കൊച്ചു കുട്ടി കുത്തി വരച്ചത് പോലെ, അശാന്തമായ കടൽ!

മുകളിൽ കറുത്ത ആകാശം. അയാൾ മെല്ലെ മുന്നോട്ടു നടന്നു. നടക്കുക തന്നെയാണോ ?? അല്ല, ഓടുകയാണ്. കൈകൾ രണ്ടും നീട്ടി കടലിനു നേരേ... ഒരു തിര, ആകാശത്തേക്ക് ഉയർന്ന്, കരയുടെ നേർക്ക് വന്ന്, അയാളെ നക്കിയെടുത്തു. തിരകൾക്കിടയിൽപെട്ട് അയാൾ ഞെരിഞ്ഞു .

കൈ കാലുകൾ തളരുന്നു...

മുങ്ങി താഴുന്നു...

ഉയർന്നുവന്നു ശ്വാസമെടുക്കാൻ ശ്രമിച്ചു. കറുത്ത ആഴങ്ങൾ താഴേക്കു വലിച്ചുതാഴ്ത്തുന്നു. നൂറു വർണ്ണങ്ങൾ ചെപ്പിലൊളിപ്പിച്ച കറുത്ത സമുദ്രം.

അപ്പോഴാണ്, മൊബൈലിൽ നീലസ്ക്രീൻ കണ്ണുതുറന്നു സുബ്ബമ്മാളിന്റെ സുപ്രഭാതം പാടിയത്!!

അയാൾ ഞെട്ടി ഉണർന്നു.

എഴുന്നേറ്റ് കട്ടിലിൽ ചാരി ഇരുന്നു കിതച്ചു. സമയം ഏഴര! ഒരുനിമിഷം തെറ്റാതെ മൊബൈലിലെ അലാറം സുപ്രഭാതം പാടി ത്തീർത്തു.

ഇടയ്ക്കെപ്പഴോ അര വിട്ടിറങ്ങിയ മുണ്ടു തപ്പി എടുത്തു ഉടുത്ത്, കട്ടിലിൽ നിന്നും ഇറങ്ങി.

പല്ലു തേക്കുന്നതിനിടെ മൊബൈൽ കരഞ്ഞു ബഹളം വെച്ചു.

'മച്ചായീ... എണീറ്റോ... ?'- കൂടെ താമസിക്കുന്നവനാണ്

'ങ്ഉം...'

'നമ്മളെ കാക്കണ്ട... വരാൻ താമസിക്കും, താൻ പൂട്ടി താക്കോല് ഷൂ റാക്കിൽ വെച്ചാ മതി'.

രാത്രി ഘോഷിക്കാനുള്ള പോക്കാണ്... വാഷ് ബേസിനിലേക്കു അനിഷ്ടം നീട്ടിത്തുപ്പി. ചാർജ് കുത്തി സ്വിച്ചിടാൻ മറന്ന് വെച്ചിരുന്ന ലാപ്ടോപ് തുറന്നു നോക്കി - മനം പിരട്ടി വരുന്നു...

രാവിലെ പാതിവഴിക്കു നിറുത്തിയ റിപ്പോർട്ട് ആണ്. നോക്കും തോറും ബുദ്ധിയിൽ പടർന്നൊഴുകുന്ന മൗഢ്യം.

അടച്ചു തിരികെ ചാർജിനു വെച്ച് - സ്വിച്ചിട്ടു !. കുളി കഴിഞ്ഞിറങ്ങി യപ്പോ വീണ്ടും വിളിവന്നു. ഇത്തവണ കൂടെ ജോലി ചെയ്യുന്നവനാണ്.

'ഹരി ശങ്കർ, ലേറ്റ് ആവല്ലേ... പണി കിട്ടാൻ ചാൻസ് ഉണ്ട് - ക്ലയിന്റ് മീറ്റ് എന്നൊക്കെ പറയുന്നുണ്ട്, എല്ലാ റിപ്പോർട്ടും എടുത്തു വെച്ചോ, ഞാൻ ചിലപ്പോ കുറച്ചു ലേറ്റ് ആകും... താൻ കാണുവല്ലോ'

-എരപ്പ !

ഫ്രിഡ്ജ് തുറന്നു നോക്കിയപ്പോ, നാല് കഷ്ണം ബ്രെഡും ഇത്തിരി കടലക്കറിയും ഉണ്ട്, സ്വാദു മരിച്ചു മരവിച്ച ജഡങ്ങൾ. രുചിയും തണുപ്പും നോക്കാതെ വായിൽ കുത്തിതിരുകി. ഡ്രസ്സ് ചെയ്തു ടൈയും കെട്ടി അതിനുമേൽ ദുഃഖാചരണത്തിന്റെ ഓർമ്മപ്പെടുത്തൽ പോലെ ടാഗും ഇട്ടു കണ്ണാടിയിൽ നോക്കി.

യാന്ത്രികമായ ഭാവത്തിൽ ഒരു ചിരിയും വരുത്തി. 'ഇതാണ് വേണ്ടത് !'

വീട് പൂട്ടി ഇറങ്ങിയപ്പോ എട്ടു മണി. തിരക്ക് പിടിച്ച പകലിൽ നിന്നും ഇരുളിന്റെ മയക്കത്തിലേക്ക് വഴുതി തുടങ്ങുന്ന നഗരം. കണ്ണ് ചിമ്മി മറയുന്ന വാഹനങ്ങൾ. ഒന്നിനൊന്നോടു കെട്ടിപ്പുണർന്നു മയങ്ങാൻ തുടങ്ങുന്ന ഇലകൾ...

എനിക്ക് ദിവസം തുടങ്ങുന്നേ ഉള്ളൂ... അയാളോർത്തു !.

സൈഡ് സ്റ്റാൻഡിൽ കുത്തി തല ചെരിച്ചുവെച്ചുറങ്ങുന്ന ബൈക്കിനെ ചവിട്ടി ഉണർത്തി, തിരക്കുകളൊഴിഞ്ഞു തുടങ്ങുന്ന വീഥികളിലേക്കിറങ്ങി...

പലരും മടക്കയാത്രകളിലാണ്- ജോലി കഴിഞ്ഞും, പഠിത്തം കഴിഞ്ഞും, യാത്രകൾ കഴിഞ്ഞും... മടങ്ങുന്നവർ !

എന്ത് കാര്യം - ടെക്സാസിൽ പ്രാതൽ വിളമ്പുന്നതേ ഉണ്ടാവൂ. സായിപ്പിന് ഉച്ചയ്ക്ക് തിന്നാനുള്ള മുട്ടനാടാണ് താൻ എന്നവനോർത്തു

റോഡിൽ തിരക്കുകൾ കുറയുന്നത് കൊണ്ട് വേഗം പോകാം... ഒരു വളവിനപ്പുറം വലിയ ജ്വവലറിയുടെ കട്ട് ഔട്ടിൽ സുന്ദരിയായ ഒരു പെൺകുട്ടി വളകൾ കാട്ടി നിൽക്കുന്നു. അതിനു താഴെ ഒരു സ്ത്രീ, ആരെയോ കാത്തുനിൽക്കുന്നു... അവളുടെ കണ്ണുകൾ അവനിൽ ഉടക്കി... ഒന്ന് ചിരിച്ചിരുന്നോ ? അവൾക്കും ദിവസം തുടങ്ങിയതേ ഉണ്ടാവൂ.

ആ രാത്രി അവളെ അവനും, അവനെ അവൾക്കും പരിചയപ്പെടുത്തും എന്ന സത്യമറിയാതെ അവൻ ബൈക്കിന്റെ ആക്സിലേറ്ററിന്റെ കൊരവള്ളി ഒന്ന് കൂടെ മുറുക്കി. വാലിൽ കടി കിട്ടിയ കാളയെ പോലെ വാഹനം പുളഞ്ഞു പാഞ്ഞു... താമസമില്ലാതെ അയാളാസ്ഫടികകൂടാരത്തിനു മുന്നിൽ ചെന്നെത്തി. ബൈക്ക് ഒതുക്കി തിരികെ കേറുന്നതിനിടെ-

'ഡോ... വവ്വാലെ'

ഡേഷിഫ്റ്റിൽ പണിയുന്നവനാണ്. സംസാരിക്കാൻ നില്ക്കാൻ താല്പര്യം ഇല്ലാത്ത കൊണ്ട് കൈ ഉയർത്തി കാട്ടി, ഓടി ലിഫ്റ്റിൽ കയറി... പിന്നാലെ അയാൾ ഓടി വന്നപ്പോഴേക്കും ലിഫ്റ്റ് സഞ്ചാരം തുടങ്ങിയിരുന്നു. നിലകളോരോന്നായി പിന്നിട്ടു മുകളിലേക്കെത്തുമ്പോൾ, ലിഫ്റ്റിന്റെ വാതിൽ ഒരിക്കലും തുറക്കാതെ ഇരുന്നെങ്കിൽ എന്ന് ആശിച്ചു.

എട്ടാം നിലയിൽ ലിഫ്റ്റ് നിന്നു.

വാതിലും തുറന്നു...

സീറ്റിൽ പോയിരുന്നു ലാപ്ടോപ്പ് തുറന്നുവെച്ച് തല കുമ്പിട്ടു.

സെൻട്രലൈസ്ഡ് എയർകണ്ടീഷന്റെ താഴെ ഇരുന്നും അയാൾക്ക് വിയർക്കുന്നുണ്ടായിരുന്നു. പല ദിശയിലേക്കും പോകുന്ന നേർരേഖകൾ...

വരകൾ ഒന്ന് മുറിയുമ്പോൾ കൂപ്പുകുത്തുന്ന കമ്പനികൾ... എല്ലാ വേരിയെൻസുകളും ഈ.സീ.ജി മെഷിനിലെ ഒരു നീണ്ട നേർരേഖയിൽ ചെന്ന് അവസാനിക്കുന്നു.

വളവുകളില്ലാത്ത നീണ്ട ഒറ്റ വര !

'ഹരി, വാട്സ് അപ് വിത്ത് ദ റിപ്പോട് ?, ഈസ് ഇറ്റ് ഡൺ ?'

- വയറിനു മുകളിൽ തല ഘടിപ്പിച്ച പ്രൊജക്റ്റ് മാനേജർ ചോദിക്കുന്നു

അവൻ അയാളെ നിർവികാരതയോടെ നോക്കി.

'ഗെറ്റ് അപ്പ്... വീ ഗോട്ട് എ ക്ലയന്റ് മീറ്റ് നൗ...'

അനുസരണ ഉള്ള കൊച്ചു കുട്ടിയെ പോലെ അവൻ എഴുന്നേറ്റു. അയാളുടെ പിന്നാലെ നടന്നു. കോൺഫെറൻസ് റൂമിന്റെ സ്ഫടിക വാതിലുകൾ തുറന്നു... എങ്ങും പ്രവഹിക്കുന്ന വെള്ളി വെളിച്ചം.

## 2. രാത്രി വന്ദനം

ആ പഴയ മൊബൈൽ ഫോണിന്റെ സ്ക്രീൻ കണ്ണ് തുറക്കുമെന്ന് വിചാരിച്ചെങ്കിലും തുറന്നില്ല. അവൾക്കു ആധി തുടങ്ങിയിരുന്നു. സമയത്തിന്റെ വേലിക്കെട്ടുകൾ സാധാരണയായി അവളെ ബാധിക്കാറില്ല.എങ്കിലും ചില പതിവ് കാരുടെ പിന്മാറ്റം അവളുടെ സമയക്രമത്തെയും അതുവഴി അവളുടെ ഉത്ഖണ്ഠയയെയും ബാധിച്ചിരുന്നു. നേരം ഇരുട്ടും തോറും ഒരു ഭയം അധികരിച്ചു തുടങ്ങിയിരുന്നു...

'ആരെയും കിട്ടിയല്ലെന്നു വരുമോ?, ഇന്നലെ ഇത് പോലെ തന്നെ. ഒരുങ്ങിക്കെട്ടി പാതിരാ വരെ ഇരുന്നു... പിന്നെ ചെക്കൻ വിളിച്ചു പറഞ്ഞു... ഇന്ന് ഇനി നടക്കില്ലെന്നു... പഴയൊരു സമൂഹത്തെ അനുകരിച്ചു റോഡിൽ പോയി കാത്തു കെട്ടി നില്ക്കാൻ ആവില്ല. സദാചാര പോലീസുകാരാണ് ചുറ്റിനും.

തല്ലി ഓടിച്ചിട്ടുണ്ട്, മുൻപ്! മൂന്നു വയറുകളുടെ വിശപ്പടക്കണം... അതവർക്ക് മനസ്സിലായിക്കോണം എന്നില്ല. എന്നാലും ചെക്കൻ മിടുക്കനാണ്, തരംപോലെ ആളെ പിടിക്കാൻ അവനുള്ളതാണ് ഏക ആശ്വാസം, എങ്കിലും നശിച്ച സമയത്തു ചിലപ്പോ ആരെയും കിട്ടില്ല.

ഇരുട്ടിന്റെ മറവു പറ്റി ഒരാൾ... ! ചുവന്ന കണ്ണും, മദ്യത്തിന്റെ മണവും, മാംസം തിരയുന്ന വിരലുകളുമായി ഒരാൾ... അയാളിലേക്കാണ് ചെക്കന് എത്തേണ്ടത്... ആഗ്രഹങ്ങൾ ഒന്നുമില്ല ! എരിയുന്ന വയറുകളുടെ തീ അണയ്ക്കണം

ഇന്നും കണ്ടില്ലെങ്കിൽ... ?

ഒരാഴ്ചയോളം പട്ടിണി ഇരുന്നിട്ടുണ്ട്... അത് സാരമില്ല. എങ്കിലും ഒരു രാത്രിയുടെ ഊർജ്ജം ബാക്കിവെക്കാറുണ്ട്... പക്ഷേ ഇത് അങ്ങനെ അല്ല... പണത്തിനു ആവശ്യമുണ്ട് !

മൊബൈലിന്റെ മുഖം ഒന്ന് തെളിഞ്ഞു - അപ്പുവാണ്,

'അമ്മാ... ജോലിക്കു പോയാ ??'

‘ഇല്ലടാ... ഇറങ്ങുവാ... മോൻ ചോറുണ്ടോ ???’

‘മൊത്തം കയ്ച്ച !!!’

‘നല്ല കുട്ടി... അമ്മച്ചിക്ക് ശല്യമുണ്ടാക്കാതെ ഉറങ്ങണെ...’

അവൻ ഉമ്മ കൊടുത്തു ഫോൺ വെച്ചു. കൂരിരുട്ടിൽ അവൾ കാണുന്ന പ്രകാശത്തിന്റെ സുഷിരം അവനൊന്നു മാത്രമാണ്. എല്ലാ പാപങ്ങളും താൻ ഏറ്റുവാങ്ങുന്നത് അവനുവേണ്ടി മാത്രമാണെന്ന് തോന്നിപ്പോകാറുണ്ട് അവൾക്ക്.

ഇരുന്നു മുഷിഞ്ഞു, അവൾ കണ്ണാടിക്കു മുന്നിൽപോയി നോക്കി. ചെറുപ്പം വഴിമാറി പോകുന്നു, കണ്ണുകൾക്ക് താഴെ കറുപ്പ് പടരുന്നു. കഴുത്തിൽ ചെറിയ ചുളിവുകൾ. ഒന്നോ രണ്ടോ നിറം മാറിതുടങ്ങുന്ന മുടിയിഴകൾ... ഇരുണ്ട കാലമാണ് വരുന്നത്. അതൊരു ഭയമാണ്. മറ്റു പലരെയും അവൾ കണ്ടിട്ടുള്ളതാണ്.

അതിനെപറ്റി അവൾ ഓർക്കാതെ ഇരിക്കാൻ ശ്രമിച്ചു.

മൊബൈൽ ഫോൺ വീണ്ടും കിടന്നു നിരങ്ങി... ചെക്കനാണ്- അവൾ ഫോൺ എടുത്തു.

‘അക്കാ, നിങ്ങളിതെവിടാണ്... ?’

‘ഞാ റൂമിലാടാ’

‘നിങ്ങള് ഇറങ്ങി നിക്കീൻ’

‘ആളെ കിട്ടിയാടാ ?’

അവൻ മറുപടി പറയാതെ കട്ട് ചെയ്തു... കിട്ടിക്കാണും, അതാണ് ഇറങ്ങി നില്ക്കാൻ പറഞ്ഞത്

ഒരു വട്ടം കൂടി കണ്ണാടി നോക്കി മുഖത്ത് വീണുകിടന്ന മുടി ഒതുക്കി, ചെവിക്കുപിന്നിൽ വെച്ച്, അവൾ മുറി പൂട്ടി പുറത്തു ഇറങ്ങി. സന്ധ്യക്ക് മേൽ കറുത്ത കോട്ടിട്ട രാത്രി വന്നു കിടപ്പ് തുടങ്ങിയിരുന്നു.

ഒരു സ്വർണ്ണക്കടയുടെ വലിയ കട്ട് ഔട്ട്. അതിനു താഴെയാണ് നിൽക്കേണ്ടത് സുന്ദരിയായ ഒരു പെൺകുട്ടി കയ്യിലെ വളകൾ തൊട്ട് തലോടി നിൽക്കുന്നു. കണ്ണുകൾ വശ്യമായി പുഞ്ചിരിക്കുന്നു. അവൾ കയ്യിലെ വളകൾ നോക്കി. സ്വർണ്ണ നിറം മങ്ങി തുടങ്ങിയിരിക്കുന്നു - അവളേ പോലെ...

റോഡിൽ തിരക്ക് കുറഞ്ഞു തുടങ്ങുന്നു. പല കണ്ണുകളും അവളിലേക്ക് നീളുന്നു. പുച്ഛത്തിന്റെ, കൗതുകത്തിന്റെ, കാമത്തിന്റെ... കണ്ണുകൾ.

ഒന്നും അവൾക്കു പുതിയതല്ല. ചിരപരിചിതമായ കാഴ്ചകൾ.

ഇരുട്ട് പരക്കുമ്പോൾ ഭാവംമാറുന്ന നഗരമാണിത്. പകലിന്റെ

പടം പൊഴിക്കുമ്പോൾ ഇഴഞ്ഞിറങ്ങുന്ന കരിനാഗങ്ങൾ !

വിഷം മണക്കുന്ന രാത്രികളും അവൾക്കു പരിചിതമാണ്.

ഒരു പെണ്ണിന് അപരിചിതമായതെന്തും അവൾക്കു പരിചിതമാണ്...

ഒരു ഓട്ടോ റിക്ഷ വന്നുനിന്നു, ചെക്കനുണ്ട്. അവൾ അതിൽ കടന്നിരുന്നു. ചെക്കന് അപ്പുറത്തു ഒരാളിരിക്കുന്നു. ചുവന്ന കണ്ണുകളും തടിച്ച ശരീരവും ഇല്ല. ചടച്ച മെലിഞ്ഞ ഒരു കണ്ണാടിക്കാരൻ. ചെക്കൻ അയാളെ പരിചയപ്പെടുത്തി. അയാൾ നാണത്തോടെ ചിരിച്ചു. അയാളുടെ നാണം കണ്ടു അവളും നാണം നടിച്ചു !

എന്തോ പേരും പറഞ്ഞു. അവൾ അത് ശ്രദ്ധിച്ചില്ല. അവൾക്കു പേരുകൾ ഓർത്തു വെക്കാൻ കഴിയാറില്ല. മുഖങ്ങൾ മാത്രം. പല രൂപത്തിൽ പല വലിപ്പത്തിൽ, പല നിറത്തിൽ, മുഖങ്ങൾ. മുഖങ്ങളുടെ ലോകത്താണ് അവളുടെ ജീവിതം... അതിനപ്പുറമുള്ളതെല്ലാം വെറും മാംസം !

ഓട്ടോ അലഞ്ഞുലഞ്ഞു നീങ്ങി. ഡ്രൈവർ ഇടയ്ക്കിടെ തിരിഞ്ഞു നോക്കി ചിരിക്കുന്നുണ്ടായിരുന്നു.

അതങ്ങനെയാണ്... വെറും ചിരി. രണ്ടു അശ്ളീല വാക്കുകൾ... അത് അവർക്കു ഒരു സുഖമാണ്. ജഡത്തിൽ കുത്തി മുറിക്കുമ്പോൾ കിട്ടുന്ന ആനന്ദം. എങ്കിലും... അതാണ് അവളുടെ ചോറ്...

അവളും തിരിച്ചു ചിരിച്ചു... ഒരു ജഡത്തിന്റെ ചിരി...

ഓട്ടോ ഒരു ലോഡ്ജിന്റെ മുന്നിൽ നിറുത്തി, സാധാരണ പോലെ മാനേജർ മാറിനിന്നു. അകത്തുനിന്ന് ഒരു പയ്യൻ വന്നു താക്കോൽ കൊടുത്തു.

എല്ലാം ഒരു നാടകം പോലെ... അവൾ ആ പഴയ മുറി ലക്ഷ്യം വെച്ച് നടന്നു... ചടച്ച മനുഷ്യൻ പിന്നാലെ.

പെയിന്റ് പൊളിഞ്ഞിളകിയ ആ പഴയ വാതിൽ തുറന്നകത്തു കയറി.

ചിരപരിചിതമായ ഒരു ഗന്ധം...

## 3.അപൂർണ്ണ ചിത്രങ്ങൾ – 1

സ്ഫടികച്ചില്ലുകളുടെ വാതിൽ തുറക്കാൻ നേരമേറെ എടുത്തു. ഹരി സീറ്റിൽ വന്നിരുന്നു. പ്രൊജക്റ്റ് മാനേജർ അകലെ നിന്ന് രൂക്ഷമായി നോക്കി, ഒന്നും പറയാതെ നടന്നു പോയി.

ഇനി വരുന്ന നാടകങ്ങളെന്തെന്ന നന്നായറിയാം.

തെറി വിളി, എസ്കലേഷൻ, മെമ്മോ, തോളത്തു തട്ടി സമാധാനിപ്പിക്കൽ, ഇൻസ്പിരേഷണൽ സെഷൻസ്, തുറിച്ചു നോട്ടം, മീശപിരിക്കൽ, മുണ്ടു പൊക്കിക്കാട്ടൽ... അതങ്ങനെ നീണ്ടു പോകും.

വൈകി വന്ന സുഹൃത്ത് നയത്തിന് അടുത്ത് വന്നു ചോദിച്ചു...

'എന്തായി ?'

ഹരി നടുവിരൽ ഉയർത്തി സംഗതി കാണിച്ചു. സുഹൃത്തു ചിരിച്ചു കൊണ്ട് നടന്നുപോയി. ലാപ് ടോപ്പിന്റെ മൂലയ്ക്ക് ചാറ്റുകൾ കുമിഞ്ഞു കൂടുന്നു...

അയാൾ അത് അടച്ചുവെച്ചു.

കഴുത്തിലെ കുരുക്കഴിച്ചു, കഫെറ്റീരിയയിലെ വെൻഡിങ് മെഷിനിൽ നിന്നും ഒരു കാപ്പി എടുത്തു, പുറത്തെ മഞ്ഞിൽ പൊതിഞ്ഞ ഇരുട്ടിനെ നോക്കി എക്സ്പ്രെസ്സോ ഊതി കുടിച്ചു...

മൊബൈൽ ഫോൺ ചിണുങ്ങിക്കരഞ്ഞു - ഒരു സുഹൃത്താണ്, (എന്താണോ, ഈ നേരത്തു?)

'ഹരി, ഡ്യൂട്ടിയിലാണോ ???'

'ആടാ... ഓഫീസിലാ'

'ഒന്ന് വരുവോ ?... ജനറൽ ആശുപത്രി വരെ... ?'

'അയ്യോ... ഏതു പറ്റി ?'

'ബ്ലഡ് വേണ്ടിയിരുന്നു... നിന്റെ ഗ്രൂപ്പാ... ഒരു ആക്സിഡന്റാ... കുറച്ചു ക്രിട്ടിക്കലാ.'

'വേറെ ആരേലും ??? ഇപ്പൊ ഇറങ്ങാൻ പാടാ...' അവൻ ഒഴിവാക്കാൻ നോക്കി.

'ഈ നേരത്തു വിളിച്ചാ ആരും ഫോൺ എടുക്കില്ലടാ അത് മാത്രമല്ല കിട്ടാത്ത ഗ്രൂപ്പല്ലേ, ആളെതപ്പി എടുത്തു വരുമ്പോ ചിലപ്പോ വല്ലാതെ താമസിച്ചു പോകും... നിനക്കാവുമ്പോ, പെട്ടെന്നെത്താല്ലോ. ഒന്ന് നോക്ക് !'

'ഞാൻ വരാം ഡാ... ഇപ്പൊത്തന്നെ വരാം...'- ഫോൺ വെച്ച് കഴിഞ്ഞാണ് എന്താണ് പറഞ്ഞതെന്ന് ഓർത്തത്.

പ്രൊജക്റ്റ് മാനേജരുടെ കാബിനിൽ ചെന്നു കാര്യം പറഞ്ഞു...

'- യൂ കാൻ ഗോ ഔട്ട് ആൻഡ് പ്ലേയ് ബാറ്റ്മാൻ സേവിങ് ലൈഫ്... ബട്ട് ഒൺലി ആഫ്റ്റർ വി സോർട് എവെരി തിങ് ഔട്ട്'

'ഇത്... എമർജെൻസി ആണ്''

'സൊ വാട്ട് ???, ഗെറ്റ് ബാക് റ്റു വർക്'

ഹരി ലാപ്പിന്റെ മുന്നിൽ വന്നിരുന്നു - ആരോ പാതി പ്രാണനിൽ എന്നെ കാത്തിരിക്കുന്നു... ഞാൻ പല നിറത്തിലെ വരകൾ നോക്കി യിരിക്കുന്നു... അവനു ഈ.സീ.ജീ ഓർമ്മ വന്നു...

അച്ഛന്റെ തണുത്ത ശരീരം ഓർമ്മ വന്നു...

ചന്ദന തിരികളുടെ നരച്ച ഗന്ധം ഓർമ്മ വന്നു.

അമ്മയുടെ കെട്ടിയമർത്തിയിട്ടും അണപൊട്ടിയൊഴുകിയ കരച്ചിൽ ഓർമ്മവന്നു...

ഒരു നിമിഷം ബാക്കി വെക്കാത്ത മരണമെന്ന സത്യം !

പതുക്കെ പുറത്തിറങ്ങി ലിഫ്റ്റ് വഴി താഴേക്ക്. പുറത്തു പകലിനെ വിഴുങ്ങി ഉറങ്ങുന്ന രാത്രി... അതിന്റെ നിദ്രാനിസ്വനം പോലെ അലച്ചു തല്ലി കരയുന്ന ചീവീടുകളുടെ ശബ്ദം.

അയാൾക്ക് മുന്നിൽ നീണ്ടും പരന്നും കിടക്കുന്ന ഇരുട്ട് പുതച്ച സ്വാതന്ത്ര്യം. പിന്നിൽ വാ പിളർത്തി നിൽക്കുന്ന ജീവിതമെന്ന കെട്ടു മാറാപ്പ്. രണ്ടിനും നടുവിൽ അയാളൊരു കുഞ്ഞു കാറ്റിനെ കയ്യിൽ അടക്കി പിടിച്ചു... ഒന്നോമനിച്ചു ദൂരേക്ക് പറത്തി വിട്ടു.

പറക്കാൻ ആശയുണ്ട്... പക്ഷേ തിരകൾക്കു നടുവിൽ പെട്ട പക്ഷി യെപ്പോലെ. ഇരുണ്ട ആഴങ്ങളിലേക്ക് താഴ്ന്നു പോവുകയാണ്

അയാൾ തിരിഞ്ഞു. ആ വലിയ കണ്ണാടി കൂടാരം ചിരിക്കുന്നു... വിഴുങ്ങാൻ കാത്തിരിക്കുന്നു...

അയാൾ വേഗത്തിൽ നടന്നു.

ഡ്യൂട്ടിയിലിരുന്ന സെക്കൂരിറ്റിയെ വിളിച്ചുണർത്തി ഉറക്കത്തിൽ നിന്നും ഞെട്ടി ഉണർന്ന അയാൾ കാര്യം മനസ്സിലാകാതെ അന്ധാളിച്ചു. രെജിസ്റ്ററിൽ പേരെഴുതി ഒരു ഒപ്പു വെച്ചു. പാർക്കിങ്ങിൽ നിന്നും ബൈക്ക് പൊക്കിയെടുത്തു സ്റ്റാർട്ട് ചെയ്തു. ഇരുട്ടിലേക് തുളഞ്ഞു കയറുന്ന പ്രകാശം...

അയാളോർത്തു... ഇരുട്ടെന്നു ഒരവസ്ഥ ഇല്ല... പ്രകാശമില്ലന്നെ ഉള്ളൂ... അത് തെളിയിച്ചാൽ കറുപ്പണിഞ്ഞു കിടക്കുന്ന കാഴ്ചകൾ വ്യക്തമാകും... അങ്ങനെ തന്നെ ജീവിതവും...

അര മണിക്കൂറിൽ തിരികെ വരും എന്ന് സുഹൃത്തിന് ഒരു വാട്സാപ്പ് മെസ്സേജും അയച്ചു...

## 4. അപൂർണ്ണ ചിത്രങ്ങൾ – 2

അവൾ പടികളിറങ്ങി നടന്നു, ലോഡ്ജിലെ പയ്യൻ ഉറക്കം ഉണർന്നിട്ടില്ല... ഇരുട്ട് തന്നെയാണ് ബാക്കി... കൈയ്യിലിരുന്ന ഒരു ചുരുൾ നോട്ട് അവൾ ബ്ലൗസിനിടയിൽ തിരുകി.

ഇരുട്ട് പൂത്തുനിൽക്കുന്ന രാത്രി... ഇടയ്ക്കു വഴിവിളക്കുകളുടെ പ്രകാശം കാണാം

അലഞ്ഞുലഞ്ഞ മുടിക്കെട്ട് ഒന്ന് ഒതുക്കിവെച്ചു.

പിന്നിൽ ഒരു ചടച്ച മനുഷ്യന്റെ ദീർഘശ്വാസങ്ങൾ.

അവൾക്കു വല്ലാത്ത ദാഹം തോന്നി. സാധാരണ രാത്രി തുറന്നു കാണാറുള്ള ചായ തട്ടുകൾ തുറന്നിട്ടില്ല... നടക്കാൻ ദൂരമുണ്ട്... ഓട്ടോ വല്ലതും കിട്ടിയിരുന്നെങ്കിൽ...

വണ്ടികളൊക്കെ നല്ല കുറവ്. ചെക്കനെ വിളിക്കാം എന്ന് വിചാരിച്ചു. പിന്നീട് വേണ്ടാന്ന് വെച്ചു. അവൻ മുറിയിൽ ഉറക്കമായിരിക്കും.

പാവം ഉറങ്ങിക്കോട്ടെ

അവൾക്കും നല്ല ഉറക്കച്ചടവുണ്ട്. ചില പറവകൾ രാത്രി സഞ്ചാരം കഴിഞ്ഞു കൂടേറി തുടങ്ങി... അവളുടെ മുടിയിലെ വാടി കൊഴിഞ്ഞ മുല്ല പൂക്കൾ പോലെ, ആകാശത്തു നക്ഷത്രങ്ങൾ ചിതറിക്കിടന്നു...

കുറച്ചകലെ പോലീസിന്റെ ജീപ്പ് കണ്ടു... ഒതുങ്ങി മാറി അടുത്ത റോഡിലേക്ക് കയറി.

വളവു തിരിഞ്ഞു കയറിവന്ന രണ്ടു തിളങ്ങുന്ന നക്ഷത്രങ്ങൾ മാത്രമേ കണ്ടുള്ളൂ. പ്രകാശത്തിനു നടുവിൽ അപ്പുവിന്റെ മുഖം... തോന്നിയതാകുമോ ??

അരിച്ചിറങ്ങുന്ന വേദന.

മുഖം ചേർന്ന് റോഡ്... മുകളിൽ ആകാശം... മുഖമൊക്കെ നനയുന്നു. കൈയ്യൊക്കെ അനക്കണം എന്നുണ്ട്... കഴിയുന്നില്ല

കാക്കിയിട്ട കാലുകൾ ഓടി വരുന്നു...

ആരൊക്കെയോ ചേർന്ന് എടുക്കുന്നു... എങ്ങോട്ടേക്കോ കൊണ്ട് പോകുന്നു...

മങ്ങുന്ന കാഴ്ചകൾ... വെളിച്ചത്തെ ഇരുൾ വന്നു മറക്കുന്നു...

അവളുടെ കൈ ഒന്ന് പൊങ്ങി... പിന്നെ, മെല്ലെ... മെല്ലെ... താഴ്ന്നു കൊണ്ടിരുന്നു.

●

# ഗൗളികളുടെ മരണം

ഒരു വെള്ളിയാഴ്ച രാവിലെ ആയിരുന്നു അത്.

ചാരനിറത്തിലുള്ള ആകാശത്തിന് താഴെ, ഇലകൾ പുതച്ച കുന്നിൻ ചെരുവിലെ ഞങ്ങളുടെ ഹോസ്റ്റൽ കെട്ടിടം.

പലവിധ ജോലികൾക്ക് പുറപ്പെടുന്നവരുടെ ബഹളങ്ങൾ പുറത്ത് കേൾക്കാമായിരുന്നു. ഇടുങ്ങിയ വരാന്തകൾ ശബ്ദമുഖരിതമായി. അന്തേവാസികൾ പുറപ്പെടാനുള്ള തിക്കിലും തിരക്കിലും ആയിരുന്നു. ടൗണിൽ നിന്നും ഏറേ ദൂരം ഉണ്ടായിരുന്നെങ്കിലും. കുറഞ്ഞ വാടക കാരണമാണ് പല ആളുകളും ആ ഹോസ്റ്റലിൽ താമസിച്ചിരുന്നത്.

അധികവും ജോലി ചെയ്യുന്നവരായിരുന്നു. അന്ന് ആ വെള്ളിയാഴ്ച രാവിലെ, ഓരോരുത്തരും അവരവരുടെ ദിവസത്തിന്റെ തിരക്കുകളി ലേക്ക് ഓടി മറയാൻ തുടങ്ങിയപ്പോഴാണ്, മിനർവ വിജയൻ എന്ന വിജയൻ. മറ്റുള്ള ആരുടെയെങ്കിലും മുറികളിലെ കുളിമുറി ഉപയോഗി ക്കാമോ എന്ന് ചോദിച്ചുകൊണ്ട് നടന്നത്!.

മിനർവ എന്ന കമ്പനിയുടെ സെയിൽസ് റെപ്രസെന്ടേറ്റീവ് ആയിട്ട് ജോലി ചെയ്യുകയായിരുന്നു വിജയൻ.

കുളിക്കാൻ മുറിയിൽ കയറിയപ്പോഴാണ് അയാൾ അത് കണ്ടത്.!

ഒരു ചുവന്ന ഗൗളി കുളിമുറിയുടെ ഒത്ത മധ്യത്തിൽ, ചത്തുമലച്ചു കിടക്കുന്നു.

അതിനെ എടുത്തു കളയാം എന്ന് മറ്റുള്ളവർ പറഞ്ഞെങ്കിലും, അന്ന് അവിടെ നിന്ന് കുളിക്കാൻ അയാൾക്ക് മനസ്സുവന്നില്ല.

പണ്ട് കാലാപാനി എന്ന സിനിമ കണ്ടതിനുശേഷമാണ്

അയാൾക്ക് പല്ലി വർഗ്ഗത്തോട് അറപ്പ് തുടങ്ങിയത്. മറ്റുള്ളവർ ആ പല്ലിയുടെ ജഡം എടുത്തുകളയുന്ന സമയത്താണ് അത് ശ്രദ്ധിച്ചത്.

അതൊരു സാധാരണ പല്ലി ആയിരുന്നില്ല. ഇളം ചുവപ്പു കലർന്ന നിറമായിരുന്ന അതിന്റേത്. വാലിന്റെ ഭാഗത്തായി ചെറിയ കറുത്ത പുള്ളികളും കണ്ണിനു ചുറ്റും കറുത്ത വരകളും ഉണ്ടായിരുന്നു അതിന്.

അങ്ങനെയൊരു പല്ലിയെ അതിനുമുൻപ് അവരാരും കണ്ടിട്ടുണ്ടായിരുന്നില്ല. ഹോസ്റ്റലിന് പിന്നിലെ, കുന്നിൻ ചെരുവിലെ കാട്ടിൽ നിന്ന് എങ്ങാനും കേറി വന്നതാവും എന്ന് എല്ലാരും കരുതി.

അതിന്റെ ജഡം തിരികെ കാട്ടിലേക്ക് തന്നെ അവർ വലിച്ചെറിഞ്ഞു.

ആ ദിവസം, പിന്നീട് ആരെയും കാത്തു നിൽക്കാതെ ധൃതിയിൽ ഓടിപ്പോയി.

അടുത്തദിവസം ശനിയാഴ്ചയായിരുന്നു. അവധി ഉള്ളവരൊക്കെ നാട്ടിലേക്ക് പോയി. അല്ലാത്തവർ സ്വയം ദുര്യോഗം പഴിച്ചു കൊണ്ട് ദൈനംദിന കാര്യങ്ങളിൽ മുഴുകി.

അന്ന് കുര്യാക്കോസിന്റെ കുളിമുറിയിലാണ് അത് കണ്ടത് !!

രണ്ടു പല്ലികൾ ചത്തു കിടക്കുന്നു.

അന്ന് വൈകുന്നേരത്തെ വെള്ളമടിക്കിടെയാണ് കുര്യാക്കോസ് മറ്റുള്ളവരോട് ഇക്കാര്യം പറഞ്ഞത്.

'ശെടാ... ദാണ്ടേ, ഇന്ന് രണ്ട് പല്ലികള് എന്റെ കുളി മുറീല് ചത്ത് കിടക്കുന്നു... ഞാൻ കോരിയെടുത്തു ക്ളോസറ്റിലിട്ട് വെള്ളമൊഴിച്ച്'.- റമ്മിൻടെ ഗ്ളാസ് കാലിയാക്കി, ചിറിയൊന്നു തുടച്ചു കൊണ്ട് അയാൾ പറഞ്ഞു.

ഞായറാഴ്ച ഹോസ്റ്റലിൽ അധികം ആരുംതന്നെ ബാക്കിയുണ്ടായിരുന്നില്ല. ഉള്ളവർ ഉണരുന്നത് തന്നെ ഉച്ചകഴിഞ്ഞാണ്. തിങ്കളാഴ്ച രാവിലെ അധികംപേരും ജോലിക്ക് സ്ഥലത്തേക്ക് നേരെ വീട്ടിൽ നിന്നും പോകുന്നവരാണ്.

വൈകുന്നേരം തിരികെ വന്ന്, കുളിമുറിയിൽ കയറിയ സക്കറിയയും ജനാർദ്ദനനും കൂടെ വാർഡനെ നേരിട്ട് കണ്ടു കാര്യം ബോധിപ്പിച്ചു.

ഒരാളുടെ മുറിയിൽ മൂന്നും മറ്റയാളുടെ മുറിയിൽ നാലും വിതം പല്ലികൾ ചത്തു മറിഞ്ഞ് കിടക്കുന്നു. മൂന്ന് പല്ലികൾക്ക് ഒരു ദിവസത്തിലധികം പഴക്കമുണ്ട്.

'ആരെങ്കിലും വല്ല എലിയെയോ മറ്റോ പിടിക്കാൻ വേണ്ടി

ഏതേലും വിഷം വല്ലോം വെച്ച് കാണും... അത് തിന്നിട്ടാവും ഈ പല്ലിയൊക്കെ ചാവുന്നത് എന്തായാലും ചാവട്ടെ നല്ലത് തന്നെ... അവറ്റങ്ങളെ കൊണ്ട് നമ്മക്ക് വേറെ പ്രയോജനമൊന്നുമില്ലല്ലോ...'

ഒരു ഒഴുക്കൻ മട്ടിൽ വാർഡൻ പറഞ്ഞു. എന്നാൽ അവിടെ പറയത്തക്കവണ്ണം എലി ശല്യം ഇല്ലാത്തതുകൊണ്ട് തന്നെ ആരെങ്കിലും വിഷം വെച്ചിട്ടുണ്ടാവും എന്ന സംശയം അസ്ഥാനത്താണെന്ന് അവർക്ക് തോന്നി.

പിന്നീടുള്ള ദിവസങ്ങളിലും പല്ലിയുടെ ശവങ്ങൾ ഓരോ കുളിമുറികളിൽ നിന്നായി കിട്ടി കൊണ്ടിരുന്നു...

ഓരോ ദിവസവും എണ്ണം ഓരോന്ന് വെച്ച് കൂടിക്കൊണ്ടിരുന്നു. എട്ടും പത്തും പല്ലികളുടെ ശവങ്ങൾ അവർ കോരിയെടുത്ത് പിന്നിലേ കാട്ടിൽ കളഞ്ഞു.

അവർ കൂട്ടം കൂടി നിന്ന് ആലോചിച്ചു. 'ആരായിരിക്കും പല്ലിയെ ഇങ്ങനെ കൊല്ലുന്നത്.?'

'ഓ... ഈ ഷൈത്താനേ കൊന്നിട്ട് ആർക്ക് എന്ത് കിട്ടാനാണ്.' മുസ്തഫ ആരോടന്നില്ലാതെ പറഞ്ഞു...

'വല്ല കാക്കയും പിടിക്കുന്നത് ആയിരിക്കും.' -ബെന്നി അർത്ഥം വെച്ച് പറഞ്ഞു.

'പോടാ നായെ' മുസ്തഫ തിരിച്ചടിച്ചു.

'എന്നാലും എന്റെ കുളിമുറിയിൽ ആണല്ലോ ഇത് തുടങ്ങിയത്' എന്ന് പറഞ്ഞ് വിജയൻ നെടുവീർപ്പിട്ടു.

ആദ്യത്തേത് പോലെ പ്രത്യേകതയുള്ള പല്ലികളെ പിന്നീട് കണ്ടില്ല. പിന്നീട് കുളിമുറികളിൽ ചത്തുമലച്ചതെല്ലാം സാധാരണ നമ്മൾ ഹോം ലിസാർഡ് എന്ന് വിളിക്കുന്ന മഞ്ഞ നിറത്തിലുള്ള പല്ലികൾ ആയിരുന്നു.

'നീയൊക്കെ ബാത്‌റൂമിൽ കെടന്ന് കാണിക്കുന്ന തോന്നിവാസങ്ങൾ കണ്ട് പേടിച്ച് ചത്തതാരിക്കും ഇവറ്റങ്ങളൊക്കെ.' പുറത്തു നിന്ന് വന്ന് കണ്ട ആരോ പറഞ്ഞു.

കൂട്ടത്തിൽ കുറച്ച് ജ്യോതിഷം വശമുള്ള ഹരികൃഷ്ണൻ പറഞ്ഞു. 'ഗൗളിയുടെ മരണം അത്ര ശുഭലക്ഷണം അല്ല.'

എന്തോ അശുഭം സംഭവിക്കാൻ പോകുന്നു എന്ന് ഭയന്ന് ചിലരൊക്കെ അവിടുത്തെ പ്രധാന ജോത്സ്യന്മാരെ പോയി കണ്ടു. 'പല്ലികളുടെ മരണം കേട്ടുകേൾവി ഇല്ലാത്തതാണ്. എന്തായാലും ഒരു ഏലസ്സ് കെട്ടിത്തരാം.'- അത് അവിടെ തീർന്നു.

പല്ലിയുടെ മരണങ്ങൾ തുടർന്നുകൊണ്ടേയിരുന്നു.

തണുപ്പ് തങ്ങിനിന്ന, മഞ്ഞ പെയിന്റ് അടിച്ച ചുവരുകളിൽ, പല്ലികളുടെ മരണത്തിന്റെ രഹസ്യം ഉറങ്ങിക്കിടക്കുന്നുണ്ടെന്ന് തോന്നി. ഏതാണ്ട് ഒരു മാസം പിന്നിട്ടപ്പോൾ ഏറെക്കുറെ എല്ലാ കുളിമുറികളിലും എല്ലാ ദിവസവും ഒന്നോരണ്ടോ പല്ലികളുടെ ശവങ്ങൾ വീതം കണ്ടെത്താൻ തുടങ്ങി. ദിവസവും ഹോസ്റ്റലിന്റെ പിന്നിൽ പല്ലികളുടെ ജഡങ്ങളുടെ എണ്ണം കൂടി കൂടി വന്നു. അവ അവിടെ കുന്നു കൂടി കിടന്നു ഇതു കണ്ട വാർഡൻ ഒരു പുറം പണിക്കാരനെ കൊണ്ട് ഒരു കുഴി എടുത്തു അവയെ എല്ലാം ഇട്ടു മൂടി, വീണ്ടും വരുകയാണെങ്കിൽ ഇടാൻ, അതിനടുത്തു വേറെ ഒരു കുഴി കൂടെ എടുത്തിട്ടു.

'ഈനം മാത്രം പല്ലികൾ ഇതെവിടാഡോ...' ഒരാൾ സംശയം പറഞ്ഞു.

'ഇനി വല്ല സൈക്കോ കില്ലറും? നമ്മുടെ കൂട്ടത്തിൽ.?' മറ്റാരോ സംശയം പറഞ്ഞു.

'ഹിച്കോക്കിന്റെ ബേർഡ്സ് സിനിമ കണ്ടിട്ടില്ലേ... അതുപോലെ വല്ലോം ആണോന്നാ' - സിനിമാക്കാരൻ പറഞ്ഞു

ടൗണിന് അടുത്തുള്ള വെറ്റിനറി ഹോസ്പിറ്റലിൽ നിന്നും ഒരു ഡോക്ടർ വന്ന്, ഹോസ്റ്റലും പരിസരപ്രദേശങ്ങളും നിരീക്ഷിച്ചിട്ട് പറഞ്ഞു.

'പിന്നിലെ കുന്നിൽ നിന്നും കാട്ടുകേറി വരുന്ന പല്ലികൾ ആവാം, അവ ഇവിടെ വന്ന് എന്തെങ്കിലും കഴിച്ച് അത് പിടിക്കാതെ മരിക്കുന്നത് ആവാം.'

ഏതായാലും കൂടുതൽ അന്വേഷണത്തിന് എന്ന് പറഞ്ഞ് അയാൾ കോരി കളഞ്ഞ നാലഞ്ചു പല്ലികളുടെ ശവങ്ങൾ എടുത്ത് പ്ലാസ്റ്റിക് കവറിൽ ഇട്ടു ഒട്ടിച്ച കൊണ്ടുപോയി.

പല്ലികളുടെ മരണങ്ങൾ വീണ്ടും തുടർന്നുകൊണ്ടേയിരുന്നു.

മറ്റൊരു അതിശയകരമായ കാര്യം എന്താണെന്ന് പറഞ്ഞാൽ, ഈ സംഭവങ്ങളെല്ലാം കുളിമുറികളിൽ മാത്രമാണ് നടന്നത് എന്നതാണ്. മുറികളിലൊ അതിനോട് ചേർന്ന് വരാന്തയിലോ താഴത്തെ വലിയ ഹാളിലോ ഒന്നും പല്ലികളെയോ അവയുടെ ജഡങ്ങ ളെയോ കാണാനുണ്ടായിരുന്നില്ല.

സാധാരണയായി മച്ചിൻ പുറത്ത് പറ്റിപ്പിടിച്ചിരുന്ന് തുറിച്ചുനോക്കി, വാലിളക്കി ചിലക്കുന്ന പല്ലികളെ പോലും കാണാനുണ്ടായിരുന്നില്ല.

പല്ലികൾ കുളിമുറിയിലേക്ക് കടക്കാതിരിക്കാൻ പലരും പല വഴികളും ശ്രമിച്ചുനോക്കി.

എയർ ഹോളുകൾ തെർമോകോൾ കൊണ്ട് അടയ്ക്കുക,പല്ലികളോ മറ്റു ജീവികളോ വരുന്ന ചെറിയ ചെറിയ സുഷിരങ്ങൾ സിമന്റ് ഉപയോഗിച്ച് അടയ്ക്കുക തുടങ്ങിയ അവരുടെ ശ്രമങ്ങളെല്ലാം പരാജയപ്പെട്ടു. എല്ലാം ചെയ്തിട്ടും അടുത്ത ദിവസം രാവിലെ കുളിമുറിയിൽ നാക്കുതള്ളി കഴുത്തു ചെരിച്ചു പുറം തിരിഞ്ഞു പല്ലിയുടെ ജഡങ്ങൾ വീണുകൊണ്ടേയിരുന്നു.

'ഇവിടെ എന്തോ പ്രേതബാധ ഉണ്ടെന്നു തോന്നുന്നു'. കയ്യിൽ ജപിച്ചു കെട്ടിയ ചരട് ചുറ്റി കൊണ്ട് ഒരാൾ പറഞ്ഞു.

അന്ന് വൈകുന്നേരം, നേരത്തെ വന്ന വെറ്റിനറി ഡോക്ടർ വാർഡനെ വിളിച്ചു.

'പല്ലികളുടെ ഉള്ളിൽ എന്തെങ്കിലും വിഷം ചെന്നതായി കാണുന്നില്ല' അയാൾ പറഞ്ഞു, 'എല്ലാ പല്ലികളും ആരോഗ്യമുള്ളവ തന്നെയാണ്, കൂടുതൽ പരിശോധനയ്ക്കു ഇതിനെ ഞാൻ ലാബിലേക്ക് അയക്കാം എന്താണ് വരുന്നതെന്ന് നോക്കാം...'

'എന്നാൽ ഉറപ്പിച്ചോ ഇതേതോ ജിന്നിനെ പണിയാണ്.' മുസ്തഫ തറപ്പിച്ചു പറഞ്ഞു.

അതങ്ങനെ തീരുമാനമായി ! എല്ലാരും കുറച്ചു വീതം പണം ഇട്ട് ഒരു വലിയ ജ്യോതിഷനെയോ മന്ത്രവാദിയെയോ കൊണ്ടുവരുക ബാധ ഒഴിപ്പിക്കുക.

കാരണം, എന്തിന്റെ പേരിൽ ആണെങ്കിലും ആ ഹോസ്റ്റൽ ഒഴിഞ്ഞു പോകാൻ അവർക്ക് കഴിയുമായിരുന്നില്ല. അത് അവരുടെ ജീവിതത്തിന്റെ ഭാഗമായി കഴിഞ്ഞിരുന്നു.

അങ്ങനെ വളരെ പണിപ്പെട്ട്, ഒരുപാട് അലഞ്ഞതിനുശേഷം അവർക്ക് ഒരു മഹാമാന്ത്രികൻ എന്ന് പ്രസിദ്ധനായ ഒരാളെ കണ്ടെത്താൻ കഴിഞ്ഞു.

അയാൾ ഒരു അഹോരിയെ പോലെ ഗുഹയിലാണ് കഴിഞ്ഞിരുന്നത്.

(എങ്കിലും കൊടുത്ത പൈസ അയാൾ ആർത്തിയോടെ വാങ്ങി. )

ജട കെട്ടിയ മുടിയും താടിയും കീറിപ്പറിഞ്ഞ വേഷവും കണ്ടാൽ അയാൾ ഏതോ മഹായോഗിയോ അല്ലെങ്കിൽ ഭിക്ഷാടകനോ ആണെന്ന് തോന്നിയിരുന്നു. അയാൾ ഓരോ കുളിമുറിയിലും കയറി ഇറങ്ങി നോക്കി.

ചിലപ്പോൾ ചുവരിൽ ചെവി വട്ടം വെച്ച് എന്തോ ശ്രദ്ധിക്കുന്നത് പോലെ, മറ്റുചിലപ്പോൾ കുളിമുറിയുടെ വൃത്തികെട്ട തറയിൽ മുഖം ചേർത്തു സൂക്ഷിച്ചു നോക്കുന്നത് പോലെ. അയാൾ ഓരോ കുളിമുറിയിലും കേറി സാകൂതം വീക്ഷിച്ചു.

എന്നിട്ട് പുറത്തിറങ്ങി പിന്നിലെ കുന്നിൻചെരുവിലും

പല്ലികളുടെ ശരീരങ്ങൾ കിടന്ന പറമ്പിലും കുഴികളിലും ഒക്കെ വിശദമായി നടന്നു നോക്കി. എന്നിട്ട് പുറത്തിറങ്ങി പോകാൻ തുടങ്ങുന്നതിനു മുമ്പായി എല്ലാവരോടുമായി പറഞ്ഞു.

'അറുപത്തിയഞ്ചാം നാൾ ഈ ശല്യങ്ങൾ എല്ലാം അവസാനിക്കും, എല്ലാം ശാന്തമാകും.'

അയാൾ പോയി കഴിഞ്ഞ് എല്ലാവരും കൂടെ എണ്ണി നോക്കി- ഈ പ്രതിഭാസം തുടങ്ങിയിട്ട് എത്ര നാളായി എന്ന്... ഇനി എത്ര ദിവസങ്ങൾ ബാക്കിയുണ്ട് എന്ന് അവർക്കു അറിയണമായിരുന്നു.

'ഇനി ഏറിയാൽ നാലോ അഞ്ചോ ദിവസം.' ആരോ കലണ്ടർ നോക്കി പറഞ്ഞു.

അപ്പോഴേക്കും ആ ഹോസ്റ്റലിലെ,40 മുറികളുടെയും കുളിമുറികളിൽ പല്ലികളുടെ ജഡങ്ങൾ വീണുകൊണ്ടിരുന്നു. എണ്ണാൻ കഴിയാത്തത്ര ജഡങ്ങൾ. ആളുകൾ ഇല്ലാത്ത മുറിയുടെ കുളിമുറികളിൽ ജഡങ്ങൾ കിടന്ന് അഴുകാൻ തുടങ്ങി അവയിൽ നിന്നും വൃത്തികെട്ട ഗന്ധം വമിച്ചു.

വാർഡൻ വീണ്ടും പുറം പണിക്കാരനെ കൊണ്ട് ഓരോ മുറികളും പ്രത്യേകം വൃത്തിയാക്കിവെച്ചു. പിന്നെയും ജനങ്ങൾ വന്നടിഞ്ഞു കൊണ്ടിരുന്നു,

പുറം പണിക്ക് വന്ന അവിടുത്തെ പരിസരവാസി പറഞ്ഞു.

'പണ്ട് ഈ കുന്നിൻ ചരിവിലാണ്, മരിച്ച ആദിവാസികളെ കൊണ്ടുവന്ന് അടക്കികൊണ്ടിരുന്നത്., ഈ കെട്ടിടം പണിയാൻ ഭൂമിക്കുള്ള കുഴി എടുത്തപ്പോഴും അവരുടെ അസ്ഥികൂടങ്ങൾ കിട്ടിയിരുന്നു.' അയാൾക്കു നേരിയ ഭയം ഉണ്ടായിരുന്നു.

അതുകേട്ട, ആ കെട്ടിടത്തിൽ പതിറ്റാണ്ടുകളായി ജോലിചെയ്തിരുന്ന വാർഡൻ. ചിരിച്ചു തള്ളി. ഇത്രനാൾ അവിടെ ജോലി ചെയ്തിട്ടും, അയാൾക്ക് അത്തരത്തിൽ എന്തെങ്കിലും ദുരനുഭവം അവിടെ നിന്നും ഉണ്ടായിട്ടില്ല. അതുകൊണ്ടുതന്നെ അയാൾ ഹോസ്റ്റലിലെ മറ്റ് അന്തേവാസികളോട് ഈ കാര്യം പറഞ്ഞിരുന്നില്ല, വെറുതെ അവരെ ഭയപ്പെടുത്തണ്ട എന്ന് കരുതി.

കർക്കിടക മാസ മഴ തുടങ്ങിയപ്പോൾ എല്ലാവരും എല്ലാം ശാന്തമാകും എന്ന് കരുതി... ആ യോഗി പറഞ്ഞ അറുപത്തി അഞ്ചാം ദിവസം എത്താൻ രണ്ടുദിവസം കൂടിയേ ബാക്കിയുണ്ടായിരുന്നുള്ളൂ.

അറുപത്തിമൂന്നാം നാളും അറുപത്തിനാലാം നാളും കൃത്യമായി ത്തന്നെ പല്ലികളുടെ ജഡം വീണുകൊണ്ടിരുന്നു.

അങ്ങനെ അറുപത്തി അഞ്ചാം നാൾ വന്നു.

അത്ഭുതമെന്നോണം,അന്ന് പല്ലികളുടെ ടെ ജഡങ്ങൾ ഒന്നും തന്നെ ഉണ്ടായിരുന്നില്ല.

എല്ലാരും പരസ്പരം ചോദിച്ചു - 'ഉണ്ടോ ???'

ആരുടെയും കുളിമുറികളിൽ ജഡങ്ങൾ ഉണ്ടായിരുന്നില്ല. അന്നവർ ഏറെ നാളുകൾക്കു ശേഷം സമാധാനത്തോടെ കുളിക്കുകയും ബാക്കി പ്രഭാതകർമങ്ങൾ നടത്തുകയും ചെയ്തു.

ആ ദിവസം അവർ അറപ്പ് തോന്നാതെ ആ കുളിമുറികളിൽ കയറാൻ സാധിച്ചു

എല്ലാവരും സമാധാനത്തോടും കൂടി ജോലിക്ക് പോയി. വൈകുന്നേരം തിരികെ വരുമ്പോൾ വഴിയിൽ ആകെ തിരക്കായി രുന്നു.

ഹോസ്റ്റലിലേക്ക് നീളുന്ന ടാറിട്ട വഴിയിൽ തിക്കിത്തിരക്കി വാഹനങ്ങൾ.

എന്താണ് സംഭവം എന്ന് അറിയാൻ പലരും വാഹനം വഴിയിൽ ഇട്ട് ഇടവഴികൾ കയറി നടന്നു. മഴ അപ്പോഴും ചെറുതായി പെയ്യുന്നു ണ്ടായിരുന്നു...

ഹോസ്റ്റലിന്റെ കെട്ടിടം കാണാവുന്ന സ്ഥലത്ത് നിന്നും അവർ ഒരു പാറയുടെ മുകളിൽ കയറി നോക്കി,

അവിടെ പുതുമണ്ണ് പുളച്ചു കിടക്കുന്നു. പച്ചപുതച്ച കുന്നിൻ ചെരുവിനു കുറുകെ ഒരു മഞ്ഞ റിബൺ ഇട്ടത് പോലെ. ആകാശ ത്തുനിന്നും ഒരു മഞ്ഞ കൈത്തോട് ഒഴുകി ഇറങ്ങിയത് പോലെ.

ആളുകൾ അതിനുമുകളിൽ നിൽക്കുന്നു. നിലവിളിക്കുന്നു ആക്രോശിക്കുന്നു...

ആ മഞ്ഞ പെയിന്റ് അടിച്ച് പഴയ ഹോസ്റ്റൽ കെട്ടിടം എങ്ങും കാണാനുണ്ടായിരുന്നില്ല.

ആരും പല്ലികളെ കുറിച്ചോ അവരുടെ മരണത്തെക്കുറിച്ചോ, സംസാരിച്ചതേ ഇല്ല...

●

# രണ്ടു സ്ത്രീകൾ

ലിഫ്റ്റിന്റെ ഡിസ്‌പ്ലേയിൽ ചുവന്ന അക്ഷരത്തിൽ 6 എന്നെഴുതി കാണിച്ചപ്പോൾ അവൾ ദീർഘമായി ഒന്ന് നിശ്വസിച്ചു. ഷോൾ ഒന്ന് നേരെയാക്കി, ബാഗ് വലിച്ചിട്ട് ലിഫ്റ്റിലെ വശങ്ങളിലെ പ്രതിഫലനത്തിൽ ഒന്നുകൂടി നോക്കി.

ലിഫ്റ്റിന്റെ വാതിൽ ഉരഞ്ഞു നീങ്ങി. പാളികൾ രണ്ടായി പകുത്തപ്പോൾ, കമ്പനിയുടെ വലിയ ബോർഡ് ദൃശ്യമായി.വെള്ള ബാക്ഗ്രൗണ്ടിൽ ചുവന്ന അക്ഷരങ്ങളിൽ രണ്ടുഭാഗത്തും പ്രകാശം കൊടുത്തിരുന്ന മട്ടിലായിരുന്നു ബോർഡ്.

ലിഫ്റ്റിൽ നിന്ന് ആത്മവിശ്വാസത്തോടെ നടന്നപ്പോഴും അവളുടെ നെഞ്ച് വല്ലാതെ മിടിക്കുന്നുണ്ടായിരുന്നു 'വേണ്ടായിരുന്നു' എന്നൊരു ചിന്ത അപ്പോഴും അവളെ അലട്ടിക്കൊണ്ടിരുന്നു.

അവൾ വൈമനസ്യം പുറത്തുകാണിക്കാതെ നടന്നു.ഡോർ തുറന്ന് അകത്തു കയറിയപ്പോൾ റിസപ്ഷനിൽ ചിത്ര, അവളെ കണ്ടതും

'ഹാ ! സിമി ചേച്ചി എത്തിയോ ? എങ്ങനുണ്ട്.?'

രണ്ട് ചോദ്യത്തിനും മറുപടി പറയാതെ ഒന്ന് ചിരിച്ചു തലയാട്ടി അവൾ അകത്തേക്കു നടന്നു. റീഡർ ഉള്ള കാർഡ് ബയോമെട്രിക്കിൽ സ്വയ്പ്പ് ചെയ്ത് വലിയ റൂമിലേക്ക് കയറി. മറ്റെല്ലാ ഐടി സ്ഥാപനങ്ങളിലെയും പോലെ തന്നെ അത് ഒരു അതി വിശാലമായ ഹാൾ ആയിരുന്നു അവിടെ തന്നെ ഡോട്ട് നെറ്റ്, മൊബൈൽ ആപ്ലിക്കേഷൻ, PHP എന്നിങ്ങനെ പല വിഭാഗങ്ങളായി തിരിച്ചിരുന്നു. ഓരോരുത്തരും ഓരോ ചെറിയ ക്യൂബിക്കിളിൽ കമ്പ്യൂട്ടറിന് മുന്നിൽ തൂങ്ങി പിടിച്ചിരിക്കുകയാണ്. 'സമയം ഒമ്പതര ആകുന്നതേയുള്ളൂ'

അവൾ വാച്ചിൽ നോക്കി ഏറെക്കുറെ എല്ലാവരും തന്നെ എത്തിയിട്ടുണ്ട്. 'ഏതെങ്കിലും ഡെലിവറി കാണും'

അവൾ ഓർത്തു. ഐടി മേഖലയിൽ പൊതുവേ അലസമായി ഇരിക്കുന്നവർ ഡെലിവറി യുടെ സമയം ആകും നേരം ദിവസങ്ങളോളം ആഹാരവും ഉറക്കവും പോലും ഉപേക്ഷിച്ച് ജോലിചെയ്യുന്നവരാണ്. ഡെലിവറി കഴിയുമ്പോൾ അവർ വീണ്ടും പഴയതുപോലെ അലസന്മാരും മടിയന്മാരും ആയി മാറുകയും ചെയ്യുന്നു. പലരും ജോലിയിൽ വ്യാപൃതരായിരുന്നതിനാൽ അവളെ ശ്രദ്ധിച്ചതേയില്ല മറ്റെന്തോ കാര്യത്തിന് ക്യാബിനിൽ നിന്നും എഴുന്നേറ്റ രാജീവേട്ടൻ ആണ് അവളെ ആദ്യം കണ്ടത്.

'സിമിത YOU ARE BACK !!'- എന്ന വലിയ ശബ്ദത്തിൽ ഉറക്കെ വിളിച്ചു പറഞ്ഞു അയാളുടെ ശബ്ദം മുറിയിലാകെ മുഴങ്ങി എല്ലാവരും ഞെട്ടി അവളുടെ നേർക്ക് നോക്കി.

'Give Her A Huge Applause' - എന്നയാൾ എല്ലാരോടുമായി ഉറക്കെ വിളിച്ചു പറഞ്ഞു. എല്ലാവരും എഴുന്നേറ്റു നിന്ന് കയ്യടിച്ചു. അവളാകെ ചൂളിപ്പോയി. ചുവരിനോട് ചേർന്ന് അവൾ ഒന്ന് പുഞ്ചിരിക്കാൻ ശ്രമിച്ചു.

അവളുടെ അസ്വസ്ഥത മനസ്സിലാക്കിയിട്ട് എന്നവണ്ണം രാജീവ് എല്ലാവരോടുമായി പറഞ്ഞു 'ok... ok get back to work'

സ്വിച്ച് ഇട്ട് എന്നതുപോലെ എല്ലാവരുടെയും കൈയടി ഒരു മുഴക്കത്തിൽ നിലച്ചു,മൗനമായി. മിക്കവരും ഒന്നും സംഭവിക്കാത്തത് പോലെ തിരികെ കസേരയിൽ ഇരുന്നു. അവൾ മാനേജറുടെ ക്യാബിനിലേക്ക് നടന്നു.

ചുറ്റിനും പല കണ്ണുകളും പല വികാരത്തിൽ, പല ഭാവത്തിൽ അവളെ പിന്തുടരുന്നത് അവളറിഞ്ഞു. മുഖത്തിന് നേരെ കണ്ട ചിലരൊക്കെ അവളെ സ്നേഹത്തോടെ നോക്കി, മറ്റുചിലർ 'ഹമ്പടി കള്ളി' എന്നൊരു ഭാവത്തിൽ ചിരിച്ചു.

ഈ നാടകങ്ങൾ ഒക്കെ എത്രയും പെട്ടെന്ന് അവസാനിച്ചെങ്കിൽ എന്ന് അവൾ ആഗ്രഹിച്ചു പോയി.

മാനേജരുടെ ക്യാബിനിൽ സിബി സാർ ലാപ്ടോപ്പിൽ അത്യാവശ്യമായി എന്തോ ചെയ്യുകയായിരുന്നു. അവളെ കണ്ട് അയാൾ ഒന്നു സൗഹൃദഭാവത്തിൽ ചിരിച്ചു. അവൾ ബാഗിൽ നിന്നും ഒരു പേപ്പർ കവർ എടുത്ത്, അത് തുറന്ന് അതിൽ നിന്നും ഒരു കടലാസെടുത്ത് അയാളുടെ കയ്യിൽ കൊടുത്തു. അത് വാങ്ങി, സംശയ ഭാവത്തിൽ അവളെ നോക്കി.

'മെഡിക്കൽ സർട്ടിഫിക്കറ്റ് ആണ്' -അവൾ പറഞ്ഞു.

'ഹോ, അതിന്റെയൊന്നും ആവശ്യം ഉണ്ടായിരുന്നില്ലല്ലോ നമു ക്കെല്ലാം അറിയുന്നതല്ലേ എല്ലാം... Any way, ഞാൻ ഹരിപ്രിയയേ ഏൽപ്പിക്കാം.' അയാൾ ഒരു ഒഴുക്കൻ മട്ടിൽ പറഞ്ഞു

'And How are you Now ?'. എന്തോ ഒന്ന് ഓർത്ത ശേഷം അയാൾ ചോദിച്ചു. അവൾ കുഴപ്പമില്ല എന്നമട്ടിൽ ഒന്ന് ചിരിക്കുക മാത്രം ചെയ്തു മറുപടിയൊന്നും പറഞ്ഞില്ല.

'OK, Then, You can Start working on your project'. അതു പറഞ്ഞപ്പോൾ അയാൾ പഴയതുപോലെ കർക്കശക്കാരനായി എന്ന് അവൾക്കു തോന്നി

'അത്രയും സന്തോഷം!'

അവൾ ഓർത്തു. കഴിഞ്ഞ കുറച്ചു ദിവസങ്ങളായി അവൾ കാണുന്ന എല്ലാ മുഖങ്ങളിലും അനുതാപമോ അഭിനന്ദനമോ മാത്രമാണ് കണ്ടിരുന്നത്. അത് അവൾക്ക് മടുത്തിരുന്നു.

അയാളോട് നന്ദിപറഞ്ഞു, തിരികെ തന്റെ ക്യുബിക്കിലേക്ക് വന്നിരുന്നു. അവിടെ അവളുടെ ഡെസ്ക്ടോപ്പും മറ്റു സാധനങ്ങളും അവളെ കാത്തിരിക്കുകയായിരുന്നു. അന്ന് വൈകുന്നേരം കൂടി താൻ അതിൽ സൈൻ ഔട്ട് ചെയ്ത് പോയതാണല്ലോ എന്ന് അവൾ ഓർത്തു.

ദിവസങ്ങൾ എത്ര കഴിഞ്ഞിരിക്കുന്നു... ??

എന്തൊക്കെ സംഭവിച്ചിരിക്കുന്നു... ??

അവളോർത്തു, അവൾക്ക് തല പിളരുന്നത് പോലെ തോന്നി - വല്ലാതെ സ്ട്രെയിൻ ആവുന്നുണ്ട്.

അവൾ ആ കീബോർഡിൽ തടവിൽ. അതിലെ പൊടി അവളുടെ കയ്യിൽ പറ്റി.

"ഇപ്പോൾ എങ്ങനെയുണ്ട് സിമി...??"

പിന്നിലെ ക്യുബിക്കിളിൽ നിന്നും തലയുയർത്തി പ്രഭ ചോദിച്ചു.

മറുപടി ഒന്നും പറയാതെ അവരോടും, 'കുഴപ്പമില്ല' എന്ന മട്ടിൽ തലയാട്ടുക മാത്രം ചെയ്തു.

'ഞങ്ങളൊക്കെ കൂടെ ആശുപത്രിയിൽ വരാനിരുന്നതാ... പക്ഷേ, അവിടെ ആകെ ബഹളമാണ് എന്ന് രാജീവന് പറഞ്ഞത് വരാത്തെ'. - അവർ പറഞ്ഞു

'അത് നന്നായി ചേച്ചി, അവിടെയൊക്കെ നല്ല ബഹളമായിരുന്നു.'

അവൾ ഒന്ന് അർത്ഥം വെച്ച് മറുപടി പറഞ്ഞു. അതിലെ ധ്വനി മനസ്സിലായിട്ടെന്നോണം അവർ പതിയെ ഒരു മങ്ങിയ ചിരി ചിരിച്ച പോലെ വരുത്തി, ആമ തന്റെ തല തോടിനുള്ളിലേക്കെന്ന പോലെ, തല പതിയെ ക്യൂബിക്കിളിലേക്ക് താഴ്ത്തി.

അവൾക്ക് അവരോട് വല്ലാത്ത അമർഷം തോന്നി കഴിഞ്ഞ ഒന്നരവർഷമായി തൊട്ടടുത്ത് ഇരുന്ന് പണിയെടുക്കുന്നവരാണ്. ഒരു അപകടം നടന്നിട്ട് ഒന്ന് തിരിഞ്ഞു നോക്കിയിട്ട് പോലും ഇല്ല !!ഇപ്പോൾ വന്നിരിക്കുന്നു, ബഹളമായിരുന്നു പോലും. അങ്ങനെ അവൾ ചിന്തിച്ചിരുന്നപ്പോഴാണ് പെട്ടെന്ന് പിന്നിൽ ഒരു അടി വീണത്.!

'എന്താണ് മാഡം.?'

ഒരു തെളിഞ്ഞ പുഞ്ചിരിയോടെ, ശാരി പിന്നിൽ നിൽക്കുന്നു. ടെസ്റ്റർ ആയി അവൾ അവിടെ ജോലി ചെയ്യുകയാണ്. സ്വന്തം നാട്ടുകാരി.

ആകെ ഓഫീസിൽ സൗഹൃദം ഉണ്ടെന്ന് പറയുന്നത് അങ്ങനെ ഒന്നോ രണ്ടോ പേരോട് മാത്രം. അവൾ ശാരിയെ ഒന്നു നോക്കി ഒരു സന്തോഷമില്ലാത്ത പുഞ്ചിരി മടക്കി നൽകി.

'എന്താടി, ഒക്കെയല്ലേ ?' അവളുടെ നിറംകെട്ട പുഞ്ചിരി കണ്ടു ശാരി ചോദിച്ചു. അവളുടെ മുഖത്ത് ആശങ്ക നിഴലിട്ടിരുന്നു

പെട്ടെന്ന് അവൾക്ക് ഒന്ന് വിങ്ങിപ്പൊട്ടി കരയണമെന്നു തോന്നി. വീണ്ടും ഒന്നു ചിരിക്കാൻ ശ്രമിച്ചു.

ഒന്ന് പാളി നോക്കി, എന്തോ കണ്ടിട്ട് എന്നപോലെ ശാരി പറഞ്ഞു –

'ടി, കോഫി ടൈമിൽ ഡീറ്റെയിൽ ആയിട്ട് സംസാരിക്കാം, ആ എച്ച്ആർ പണ്ടാരം വരുന്നുണ്ട്'. എന്നുപറഞ്ഞ് ശാരി എഴുന്നേറ്റ് അവളുടെ ക്യൂബിക്കിളിലേക്ക് പോയി. അവളുടെ പോക്കിനെ ഒരല്പം ഈർഷ്യയോടെ നോക്കി ഹരിപ്രിയ ബേയുടെ മറുവശത്തു നിന്നും നടന്നു വന്നു. സാധാരണ പോലെ തന്നെ കടും നിറത്തിൽ വടിവൊത്ത സാരിയായിരുന്നു അവരുടെ വേഷം. പാർട്ടീഷനിൽ കൈവെച്ച്, കപടമായ ഒരു മന്ദസ്മിതത്തോടെ അവർ ചോദിച്ചു.

'എങ്ങനെയുണ്ട് ഇപ്പൊ സിമിത ?'

'കുഴപ്പമില്ല മാം'

'Its good to have you back, we were planning to throw you a party'

അവൾ സംശയത്തോടെ അവരെ നോക്കി 'But why mam?'

'For you, of Course !! You are a survivor !! Its our pride to have you back' - അവർ ഒഴുക്കുള്ള ഭാഷയിൽ പറഞ്ഞു

'Spare me mam... I am not in the right mind Set, Sorry'

അവൾ ആ ക്ഷണം നിഷേധിച്ചു. ഹരിപ്രിയയുടെ മുഖം വാടി. കാത്തിരുന്ന ഒരു പാർട്ടി നഷ്ടപ്പെട്ടുപോയ നിരാശ ആയിരുന്നു അത്.

അത് പുറമെ കാട്ടാതെ 'Don't Be... Its Fine, എല്ലാം ഒന്ന്.-'

അവരുടെ സംഭാഷണത്തെ മദ്ധ്യേ പിളർന്നു കൊണ്ട് അക്കൌണ്ട്സിലെ സ്വാമി സാറിന്റെ ശബ്ദം ഉയർന്നു.

'എന്നമ്മാ ?, appraisal മീറ്റിങ്ങാ ?'

സിമിതയ്ക്കു പിന്നിൽ നിന്നും അയാൾ കടന്നു വന്നു, ഹരിപ്രിയയോട് ചോദിച്ചു. അവർക്കു ആ ചോദ്യം തീരെ സുഖിച്ചില്ലെന്നു, മുഖം വ്യക്തമാക്കി.

'എന്താ സ്വാമി ! Why you care ?'

ഒന്ന് അലക്ഷ്യമായി കുലുങ്ങി ചിരിച്ച്, 'എന്തോ' എന്ന മട്ടിൽ കൈ കാട്ടി, സിമിതയോടായി - 'നല്ലാരുക്കിയാ ?'

അതെ എന്ന മട്ടിൽ അവൾ തലയാട്ടി. സ്വാമിയുടെ വരവ് തീരെ ഇഷ്ടപെടാത്ത മട്ടിൽ അയാളെ ഒന്ന് സൂക്ഷിച്ചു നോക്കി ഹരിപ്രിയ, തിരികെ തന്റെ ക്യാബിനിലേക്കു പോയി. അവർ പോയപ്പോ സിമിത ഒന്ന് നിശ്വസിച്ചു. അവൾക്കു ഒന്ന് കരയണം എന്ന് പോലും തോന്നപ്പോയി. പല ഭാഗങ്ങളിൽ നിന്നും, പല കണ്ണുകൾ തന്നെ ശ്രദ്ധിക്കുന്നുണ്ടെന്നു അവൾക്കു തോന്നി. ഒരുപാട് പേർക്ക് മുന്നിൽ തനിച്ചു വന്നു പെട്ട ഒരു കുട്ടിയെ പോലെ തോന്നി അവൾക്ക്. ബാഗെടുത്തു തിരികെ പോയാലെന്തു എന്ന് വരെ അവൾ ചിന്തിച്ചു.

ഇല്ല!, അതൊരുതരം തോൽവിയാണ്... ഞാൻ ആരെ പേടിക്കണം... ഞാൻ ഒരു തെറ്റും ചെയ്തിട്ടില്ലല്ലോ ! അവളോർത്തു. ആ ചിന്തയിൽ അവൾ സമയം തള്ളി നീക്കി.

കോഫി ടൈമിൽ ഒരു കപ്പ് ചായയും കൊണ്ട് അവൾ പാൻട്രിയുടെ ഒരു ഒഴിഞ്ഞ കോണിലേ സ്ഥിരം കസേരയിലേക്ക് നടക്കുമ്പോൾ പലരും അവളെ ശ്രദ്ധിക്കുന്നുണ്ടെന്നും, അവൾ പോയി കഴിഞ്ഞു കമന്റുകൾ പറയുന്നുണ്ടെന്നും അവൾക്കു തോന്നി. ഒരു ഹെൽമെറ്റ് കിട്ടിയിരുന്നെങ്കിൽ! ആൾക്കൂട്ടത്തിനു നടുക്ക് അവൾക്കു സ്വയം നഗ്നയായി നിൽക്കുന്നത് പോലെ തോന്നിപ്പോയി

ഒരു സ്ത്രീ എല്ലായിടത്തും, എല്ലായിപ്പോഴും, എങ്ങനെ വേണമെങ്കിലും അപമാനിക്കപ്പെടാവുന്ന, അല്ലെങ്കിൽ ചവിട്ടി തേക്കാവുന്ന ഒരു തരം താണ വർഗ്ഗം മനുഷ്യരായി മാത്രം കാണപ്പെടുന്ന ഒരു പുരുഷ മേധാവിത്വ സമൂഹത്തിന്റെ മധ്യത്തിൽ, തെറ്റെന്നോ ശരിയെന്നോ ചിന്തിക്കാതെ, വിമർശിക്കപ്പെടാവുന്ന സ്ത്രീ,അവൾ അസ്തിത്വം നഷ്ടപ്പെട്ടു നിൽക്കുന്ന അമ്പത്തിയെട്ടു കിലോ മാംസം മാത്രം ആയി മാറുന്നത് അനുഭവിക്കുകയായിരുന്നു.

'എന്നാടാ, ഒരാലോചന ?' കസേരയിൽ നേരത്തെ വന്നു സ്ഥാനം ഉറപ്പിച്ച ശാരി ചോദിച്ചു. അവൾ ഒന്ന് ചിരിക്കുക മാത്രം ചെയ്തു.

'എന്നാടാ ?, ഇന്നലെ വിളിച്ചപ്പോ കൂടെ ഒക്കെ ആയിരുന്നല്ലോ. - ശാരി ചോദിച്ചു

'എന്റെ ശക്തി ഒക്കെ ചോർന്നു പോകുന്ന പോലെ...' അവൾ പറഞ്ഞു

'എടാ നീ ഒരു ഐക്കൺ ആണ്... ഞങ്ങൾ ഒക്കെ നിന്നെ അങ്ങനെ ആണ് നോക്കുന്നത്... As an inspiration'.

അവൾ തല കുനിച്ചിരുന്നു. ശാരി അവളുടെ തോളിൽ പിടിച്ചുലച്ചു... 'എടാ...'

അവർക്കു പിന്നിൽ രാജീവിന്റെ ശബ്ദം കേട്ടു 'ലേഡീസ് ??? എന്താണ് പരിപാടി ?'

'ഇവിടെ ബിരിയാണി കൊടുക്കുന്നുണ്ടെന്നു കേട്ടു വന്നതാ' - ശാരി പറഞ്ഞു.

'ഓഹ്, പഴഞ്ചാണ്ടി കോമഡി ആണല്ലോ ശാരി' ... രാജീവ് വന്നു കസേര വലിച്ചിട്ട് ഇരുന്നു. എന്നിട്ടു തല കുനിച്ചിരിക്കുന്ന സിമിയെ നോക്കി. ഒന്ന് തോളിൽ തട്ടി...

'കഴിഞ്ഞതൊക്കെ വിട്ടേക്കേടോ, ഇനി അതും ആലോചിച്ചിരിക്കണ്ട കാര്യമില്ല. ഇതിപ്പോ ഞാൻ പറഞ്ഞാ ബോർ ആകും എന്നാലും പറയാം, തല കുനിച്ചിരിക്കാൻ തീരുമാനിച്ചാൽ ആരെയും ഒരിക്കലും നമുക്ക് ഫേസ് ചെയ്യാൻ പറ്റില്ല... എന്നാൽ തല ഉയർത്തിപ്പിടിച്ചാലോ, നമുക്ക് അതിന്റെ ആവശ്യം വരുന്നതും ഇല്ല. ഉയർന്നു നിൽക്കുന്ന തലകൾ ആണ് നമുക്ക് വേണ്ടത്, പ്രത്യേകിച്ചും പെണ്പിള്ളേര്ക്ക് !'

'രാജീവേട്ടാ, നിങ്ങടെ പെപ് ടാക്, ടീമിനോട് പോരെ?, ഞങ്ങളോടും വേണോ ??' -ശാരി ചോദിച്ചു

'ഇയാളൊന്ന് ഉഷാറാവണ്ടേ...' രാജീവ് ചോദിച്ചു.

'എനിക്ക് പ്രശ്നം ഒന്നും ഇല്ല രാജീവേട്ടാ, ഒരു വല്ലായ്ക, അത്രേ ഉള്ളൂ' - ഒരു പ്രസന്ന ഭാവം വരുത്തി സിമിത പറഞ്ഞു.

രാജീവ് ഒന്ന് പുഞ്ചിരിച്ചു. 'നിങ്ങൾ സംസാരിച്ചിരിക്ക്, ഞാൻ നടക്കുന്നു.'

എന്ന് പറഞ്ഞു അയാൾ എഴുന്നേറ്റ് പോയി. അയാൾ പോയപ്പോൾ, ശാരി സ്മിതയോട് ചോദിച്ചു.

'ആ പെണ്ണുമ്പിള്ള എന്താ പറഞ്ഞത്?'

ആര് എന്ന മട്ടിൽ സിമി അവളെ നോക്കി.

'അവര്, ആ ഹരിപ്രിയ.'

അവളുടെ ശബ്ദത്തിൽ അവരോടുള്ള ദേഷ്യം നിഴലിച്ചിരുന്നു.

'എനിക്കെന്തോ പാർട്ടി തരാമെന്ന് പറഞ്ഞു ഞാൻ പക്ഷേ അത് വേണ്ടെന്നു പറഞ്ഞു. പാർട്ടിക്ക് ഒക്കെ പറ്റിയ മാനസികാവസ്ഥയിൽ ആണല്ലോ ഞാൻ.'!

സിമിയുടെ ശബ്ദത്തിനും പുച്ഛം നിഴലിച്ചിരുന്നു.

'ബെസ്റ്റ്!. ഇവരെയൊക്കെയാണ് അക്ഷരം തെറ്റാതെ കോർപ്പറേറ്റ് കൃമികൾ എന്ന് വിളിക്കാവുന്നത്.'

ദേഷ്യത്തോടെ ശാരി തുടർന്നു. 'നിനക്കെതിരെ പോലീസ് കേസ് വന്നപ്പോൾ, കേസ് തീരുന്നതുവരെ നിന്നെ സസ്പെൻഡ് ചെയ്യാലോ എന്ന് കമ്പനിയോട് റെക്കമെൻഡ് ചെയ്ത് പാർട്ടിയാ അവര്. അവസാനം ഈ രാജീവേട്ടനും സ്വാമി സാറുമൊക്കെ സംസാരിച്ചാണ് മാനേജ്മെന്റിനെ കൺവിൻസ് ചെയ്തത്... എന്നിട്ടിപ്പോ നിനക്ക് പാർട്ടി തരാൻ നടക്കുന്നു. നല്ല മൂത്ത വിഷമുള്ള ജാതി ആണ് ആ പെണ്ണുമ്പിള്ള.'

സിമിത പതിവ് പോലെ ഒന്ന് ചിരിക്കുക മാത്രം ചെയ്തു.

തിരികെ വാഷ് റൂമിൽ പോയിട്ട് പുറത്തിറങ്ങിയപ്പോൾ. കമ്പനിയിലെ ജിമ്മൻ, ഹരീഷ്, മറ്റാരോടോ സംസാരിച്ചു കൊണ്ട് വരികയായിരുന്നു.

'പിന്നെ... ആണൊരുത്തന്റെ പള്ളക്ക് കേറ്റി അല്ലേ-'

പെട്ടെന്ന് അവർ എതിരെവന്ന സിമിതയേ കണ്ടു. സംസാരം നിർത്തി അവർ അവളെ നോക്കി ചിരിച്ചു. അവരെന്താണ് സംസാരിച്ചു കൊണ്ടുവന്നത് എന്ന് അവൾക്ക് നന്നായി അറിയാമായിരുന്നു. അവൾക്ക് അവരോട് പുച്ഛം ആണ് തോന്നിയത്.

മാന്യതയുടെ പുറംതോടിനുള്ളിൽ ഇതാണ് അല്ലേ!, അവൾ

ഓർത്തു.

തിരികെ നടന്നപ്പോഴും കമ്പ്യൂട്ടറിന് മുന്നിലിരുന്നപ്പോഴും അവൾ ആ ദിവസത്തെ കുറിച്ചാണ് ആലോചിച്ചത്. ആ വൃത്തികെട്ട ദിവസത്തെക്കുറിച്ച്...

അതൊരു വെള്ളിയാഴ്ചയായിരുന്നു. പൊതുവേ വാരാന്ത്യത്തോട് അടുക്കുമ്പോൾ സന്തോഷം ആണെന്കിലും, അതൊരു ബാഡ് ഫ്രൈഡേ തന്നെയായിരുന്നു. രാവിലെ മുതൽ ഒന്നും ശരിയാകുന്നുണ്ടായിരുന്നില്ല. അമ്മയുമായി വഴക്കിട്ടു തുടങ്ങിയതാണ്. ആകപ്പാടെ ദോഷം പിടിച്ച ദിവസം. വർക്ക് തീരാനും താമസിച്ചു.

ഓഫീസിൽ നിന്ന് താമസിച്ചു ഇറങ്ങിയത് കൊണ്ട് തന്നെ, പെട്ടെന്ന് വീട്ടിലെത്താനുള്ള തിടുക്കത്തിൽ ആയിരുന്നു അവൾ. അതാണ് ആ വഴി പോകാം എന്ന് തീരുമാനിച്ചത്. സന്ധ്യ കഴിഞ്ഞാൽ ആരും ആ പരിസരത്ത് കാണില്ല എന്നറിയാം എങ്കിലും, അവൾ ഒന്നും സംഭവിക്കില്ല എന്ന സ്വസിദ്ധമായ ആത്മവിശ്വാസത്തിലാണ് അതുവഴി പോയത്. അത് അങ്ങനെ ആണല്ലോ, എന്തെങ്കിലും സംഭവിക്കും വരെ നമ്മൾ വളരെ ആത്മവിശ്വാസം ഉള്ളവർ ആയിരിക്കും.

ഇരുട്ട് വീണു തുടങ്ങിയിരുന്നു. പെട്ടെന്ന് നടക്കുന്നതിനിടയിലാണ് പിന്നിൽ ഒരു കാലടി ശബ്ദം അവൾ ശ്രദ്ധിച്ചത്.

ശക്തമായ ബീഡി പുകയുടെ മണം.

അവൾ നടത്തത്തിന് വേഗം കൂട്ടി. പിന്നിലെ ശബ്ദത്തിനും വേഗം കൂടി. അവൾ ഓടാൻ തുടങ്ങിയപ്പോഴാണ്, നടുവിൽ വെള്ളിടി പോലെ ഒരു ചവിട്ട് കിട്ടിയത്. നിലതെറ്റി മുന്നിലേക്ക് മുഖം അടിച്ചു അവൾ മറിഞ്ഞുവീണു.

അയാൾ അയാളുടെ ഭാരം മുഴുവൻ അവളുടെ ചുമലിലേക്ക് ഇറക്കി.

അവൾ അലറി വിളിച്ചു.

ആ വഴിയുടെ ചുവരുകളിൽ തട്ടി അവളുടെ നിലവിളി പ്രതിഫലിച്ചു. അയാൾ അവളെ തിരിച്ചു കിടത്തി,അവളുടെ മുഖത്തേക്ക് ആഞ്ഞടിച്ചു. ഒരു നിമിഷത്തേക്ക് അവൾക്ക് ഒന്നും കാണാനും കേൾക്കാനും കഴിഞ്ഞില്ല ഒരുതരം മരവിപ്പിൽ ആയിരുന്നു അപ്പോൾ അവൾ.

മൂക്കിൽ നിന്ന് ഒഴുകിയിറങ്ങുന്ന ചോരയുടെ രൂക്ഷമായ ഗന്ധം അവൾക്ക് അനുഭവപ്പെട്ടു, അവൾ പ്രാണരക്ഷാർത്ഥം അലറി വിളിക്കുകയായിരുന്നു അപ്പോഴും...

അവളുടെ നിലവിളി കേട്ട് ഹരം കയറിയ അയാൾ അവളെ

വീണ്ടും മുഖത്തടിച്ചു.

എന്നിട്ട് അവളുടെ കഴുത്തിൽ ഞെക്കി പിടിച്ചു, അവൾക്ക് ശ്വാസം കിട്ടുന്നുണ്ടായിരുന്നില്ല. അവൾ തന്നാലാവും വിധം അയാളുടെ മുഖത്ത് നഖം കൊണ്ട് മാന്തി.

അയാൾ അപ്പോൾ അവളെ കേട്ടാലറയ്ക്കുന്ന തെറികൾ വിളിച്ചു. എന്നിട്ട് അയാളുടെ മുഷിഞ്ഞ, വൃത്തികെട്ട ലുങ്കി അഴിച്ചു, അവളുടെ വായിൽ തിരുകി കയറ്റി. അവൾക്ക് ഓക്കാനം വന്നു. അയാൾ അവളുടെ വസ്ത്രം കീറി പറിക്കാൻ തുടങ്ങി. കുതറിമാറാൻ ശ്രമിച്ച പ്പോൾ മുഷ്ടിചുരുട്ടി അയാൾ അവളുടെ മുഖത്ത് ഇടിച്ചു,എല്ലുകൾ തകർന്നു പോകുന്നത് പോലെ തോന്നി അവൾക്ക്. അയാളെ തള്ളി മാറ്റാൻ ശ്രമിച്ച അവളുടെ ഇടതുകൈ അയാൾ വലിച്ചു ഒടിച്ചു.

അവൾ പ്രാണൻ പോകും പോലെ അലറിവിളിച്ചു. പക്ഷേ ശബ്ദം പുറത്ത് വന്നിരുന്നില്ല. ഒരു ഞരക്കം മാത്രം. അയാൾ അവളുടെ പാൻസ് വലിച്ചുകീറി. അവളുടെ ശരീരത്തെ കടിക്കാനും മുറിപ്പെ ടുത്താൻ തുടങ്ങി. അവളുടെ വലതുകൈ ചുറ്റിനും തിരഞ്ഞപ്പോൾ കയ്യിൽ തടഞ്ഞത് ഒരു ബിയർ ബോട്ടിലായിരുന്നു...

അത് മുറുകെ പിടിച്ചു സർവ്വശക്തിയും സംഭരിച്ച് അത് അവൾ അയാളുടെ തലയിൽ അടിച്ചു. ചെവിക്ക് മുകളിലായാണ് ആ കുപ്പി പൊട്ടിയത്. വേദനയോടെ അയാൾ ചെവി പൊത്തിപ്പിടിച്ചു.

'പന്ന കൂത്തിച്ചി !!' അയാൾ അലറി.

അയാൾ അവളെ വീണ്ടും അടിക്കാൻ പൊങ്ങിയപ്പോൾ അവൾ പൊട്ടിയ കുപ്പിയുടെ ഭാഗം കൊണ്ട് അയാളുടെ മുഖത്തിന് എതിരെ വരഞ്ഞു. അയാളുടെ മുഖത്ത് ചുവന്ന വരകൾ പ്രത്യക്ഷപ്പെട്ടു.

'പുലയാടി മോളെ', അയാൾ അലറിക്കൊണ്ട് അവളെ വീണ്ടും ആക്രമിക്കാൻ ആഞ്ഞപ്പോൾ, അവൾ അയാളുടെ വാരിയെല്ലിനു താഴെയായി പൊട്ടിയ ബോട്ടില് കഷ്ണം കുത്തിക്കയറ്റി.

അവളുടെ വിരലുകൾ അയാളുടെ തോലിപ്പുറത്ത് തൊടുന്നത് വരെ അവൾ അത് കുത്തിയിറക്കി. അവളുടെ കൈ മുഴുവൻ ചോര കൊണ്ട് കുതിർന്നു. അതിഭീകരമായ ഒരു അലർച്ചയോടെ അയാൾ മറിഞ്ഞുവീണു. അവൾ വായിൽ നിന്നും അയാൾ കുത്തി കയറ്റിയ ലുങ്കി വലിച്ചെടുത്തു.അത് കൊണ്ട് തന്റെ ശരീരം മറച്ചു.

അപ്പോഴാണ് ഒരാൾ അതുവഴി ബൈക്കിൽ ശബ്ദം കേട്ട് കടന്നു വന്നത്. ആ രംഗം കണ്ട് അയാൾ ഒന്നു പകച്ചു. അവൾ അയാൾക്ക് നേരെ കൈനീട്ടി...

അത്ര മാത്രം സിമിക്ക് ഓർമ്മയുണ്ട്.

പിന്നീട് ഓർക്കുമ്പോൾ ഡോക്ടർമാരുടെ മുഖങ്ങൾ...

അമ്മയുടെ മുഖം... അച്ഛന്റെ മുഖം... ശാരിയുടെ മുഖം.

'ഒന്നുമില്ല ഒന്നുമില്ല' എന്ന് അവർ പറയുന്നത് മാത്രം അവളുടെ ചെവികളിൽ കേട്ടു.

മാനഭംഗം,. ബലാത്സംഗം എന്നിങ്ങനെയുള്ള വാക്കുകൾ വാർത്തകളിൽ കേട്ടുമാത്രം ശീലിച്ചവൾക്ക് പതിയെ പതിയെ മനസ്സിലായി, താൻ ഒരു ബലാൽസംഗത്തിന് ഇരയായിരിക്കുന്നു... അല്ല! രക്ഷപ്പെട്ടിരിക്കുന്നു.

പിന്നീട് ഹോസ്പ്പിറ്റലിൽ വന്ന ആരോ പറഞ്ഞറിഞ്ഞു,

അയാൾ മരിച്ചില്ല... ജീവിച്ചിരിക്കുന്നു!

'കൊല്ലണമായിരുന്നു ഇവനെയൊക്കെ!' ചികിത്സിക്കുന്ന ഡോക്ടർ പറഞ്ഞു.

എനിക്കും രണ്ടു പെൺമക്കളാണ്.

അവൾക്ക് അത്യാവശ്യം നല്ല പരുക്ക് ഉണ്ടായിരുന്നു കൈ ഒടിഞ്ഞിരുന്നു കഴുത്തിനു പിന്നിലും മുഖത്തും ചതവും പൊട്ടലും ഉണ്ടായിരുന്നു. ഹോസ്പ്പിറ്റലിൽ കിടന്ന അവളുടെ കഥ പറയാൻ നിറയെ ടിവി കാരും പത്രക്കാരും ഒക്കെ വന്നിരുന്നു.

വന്നവർ ഒന്നും അവളെ കാണാൻ വന്നതായിരുന്നില്ല.

'എന്ത് സംഭവിച്ചു?'

'എങ്ങനെയാണ് സംഭവിച്ചതെന്ന് വിവരിക്കാമോ?'

'അപ്പോൾ അങ്ങനെ റിയാക്ട് ചെയ്യാൻ തോന്നിയത് എന്താണ്?'

'അപ്പോൾ പേടി തോന്നിയിരുന്നോ.?'

ആരൊക്കെയാണ് റോൾമോഡൽസ്.?

ഒടുവിൽ അവളുടെ അച്ഛനു തന്നെ അവരോട് മുഖം മുഷിഞ്ഞു സംസാരിക്കേണ്ടി വന്നു. അവൾ വെറുമൊരു സ്കൂപ്പ് മാത്രമായി തീരുകയായിരുന്നു. പിന്നെ അഭിനന്ദനങ്ങളും അനുമോദനങ്ങളും ആയി സ്ത്രീസംഘടനകൾ. സ്ത്രീശാക്തീകരണ ചർച്ചകൾ... പ്രഹസനങ്ങൾ !!

എല്ലാം അവൾക്ക് മടുത്തു. മൂന്നുമാസത്തെ ഹോസ്പ്പിറ്റൽ വാസവും ഒരു മാസത്തെ വീട്ടു വാസവും കഴിഞ്ഞപ്പോൾ അവൾക്ക് എങ്ങനെയെങ്കിലും ഓഫീസിൽ എത്തിപ്പെട്ടാൽ മതി എന്നായിരുന്നു. ടേബിളിൽ മൊബൈൽ ഫോൺ കിടന്നു ചിണുങ്ങി അവളെ ഓർമ്മകളിൽ നിന്നുണർത്തി

'ഹലോ, സിമിത മാഡമല്ലേ... ഞാൻ മുമ്പ് മാഡത്തിനെ വിളിച്ചിരുന്ന ഒരു കവർ സ്റ്റോറി ചെയ്യുന്നതിനെക്കുറിച്ച്. മാഡം അപ്പോൾ കുറച്ചുനാൾ കഴിഞ്ഞ് വിളിക്കാം എന്നാണ് പറഞ്ഞത്.'

ശരിയാണ്, അവൾ ഓർത്തു, ഏതോ മാഗസിനിൽ നിന്നായിരുന്നു. പേരെന്തോ പറഞ്ഞിരുന്നു, എന്തായിരുന്നു ??

അവളുടെ ആത്മഗതം കേട്ടിട്ടെന്ന പോലെ

'മാം ഞാൻ ഹസീന ആണ്, ഓർക്കുന്നോ ?'

'ഹസീന, ഞാൻ ഇപ്പൊ ഓഫീസിൽ ആണ്... മാത്രമല്ല നിങ്ങൾ ഇപ്പൊ ചോദിക്കുന്ന കാര്യങ്ങൾ ഞാൻ ഒട്ടും ഓർക്കാൻ ആഗ്രഹിക്കാത്ത... മറക്കാൻ ശ്രമിക്കുന്ന കാര്യങ്ങൾ ആണ്... അത് വീണ്ടും ചികഞ്ഞെടുക്കണോ... എല്ലാം ഞാൻ മുൻപ് എല്ലാരോടും പറഞ്ഞ കാര്യങ്ങൾ ആണ്... വീണ്ടും അത് എന്നെ കൊണ്ട് പറയിക്കാനോ ?'

മറു വശത്തു മൗനം... അല്പം നേരം കഴിഞ്ഞു, ഹസീന പറഞ്ഞു.

'സോറി മാം, ഞാൻ അങ്ങനെ ഉദ്ദേശിച്ചു പറഞ്ഞതല്ല... മാമിന്റെ കുറച്ചു സ്നാപ്സ് എടുക്കുന്നതിൽ ബുദ്ധിമുട്ടുണ്ടോ ?, ഒന്ന് നേരിട്ട് കാണുന്നതിന്... സ്റ്റോറി ഞാൻ കൊടുത്തോളം...'

സമിത ഒന്നും പറഞ്ഞില്ല... അത് മനസ്സിലാക്കിയിട്ടെന്ന പോലെ,

'ഞാൻ പിന്നെ വിളിക്കാം മാം, ഓഫീസ് ടൈമിൽ വിളിച്ചു ബുദ്ധിമുട്ടിച്ചതിനു ക്ഷമിക്കണം...'

ആ സംഭാഷണം മുറിഞ്ഞു...

'അവൾക്കു ഒരൽപം ആശ്വാസം തോന്നി... ഒരാളോട് എത്ര നന്നായി ഒരു നോ പറയാൻ കഴിയും എന്നത്, അയാളുടെ ക്യാരക്ടറിനെ നിർവചിക്കുന്നു'... ആരോ മുൻപ് പറഞ്ഞത് അവൾ ഓർത്തു...

മറ്റൊരു പ്രധാനപ്പെട്ട ഫോൺ വിളിവന്നത് അന്ന് വൈകുന്നേരം ആയിരുന്നു.

'അത്... പിന്നെ... സിമിത കുഞ്ഞാണോ... ?.' ദൈന്യത നിറഞ്ഞ ശബ്ദം.

'അതെ ആരാണ്''

'അത്... ഞാൻ... പിന്നെ...' അവർ മറുപടി പറയാൻ ഭയപ്പെടുന്നത് പോലെ തോന്നി.

'ആരാണെന്നു പറയൂ' അവൾ ശബ്ദം കടുപ്പിച്ചു ചോദിച്ചു...

'ഞാൻ... ഞാൻ... മണിയന്റെ... ഭ... ഭാര്യയാണ്'' - അവർ ഭയന്ന് പറഞ്ഞൊപ്പിച്ചു.

‘ഏതു മണിയൻ ?’- സിമി ചോദിച്ചു

പെട്ടെന്ന്, അവളുടെ നട്ടെല്ലിലൂടെ ഒരു കൊള്ളിയാൻ വെട്ടി. ആശുപത്രി കിടക്കയിൽവെച്ച് അവൾ അയാളുടെ പേര് കേട്ടിരുന്നു...’ മണിയൻ !!!’

‘നിങ്ങൾക്കെന്താണ് വേണ്ടത്??’ അവൾ രൂക്ഷമായ സ്വരത്തിൽ ചോദിച്ചു.

‘ഞാൻ പറയുന്നത് കുഞ്ഞൊന്നു കേക്കണം... എനിക്ക് അസുഖം ആണ്... പത്തു വയസ്സുള്ള ഒരു മോനുണ്ട് എനിക്ക്... അവന്റെ കാര്യവും കഷ്ടമാണ്... കണ്ണ് കാണത്തില്ല...’ ഇത്രയും പറഞ്ഞു, അവർ നിന്ന് കിതച്ചു

‘അവനു കണ്ണ് കാണാത്തതു നന്നായി... ഇല്ലെങ്കിൽ അവന്റെ അച്ഛന്റെ തോന്ന്യാസങ്ങൾ അവനും പടിച്ചേനെ... നിങ്ങക്ക് എങ്ങനെ തോന്നി എന്നെ വിളിക്കാൻ... മണിയന്റെ ഭാര്യയാണ് പോലും...’ അവൾ കോപം കൊണ്ട് വിറച്ചു.

‘ഇല്ല കുഞ്ഞേ... അങ്ങനെ അല്ല... ഇതിനൊക്കെ ഞാൻ എന്ത് ചെയ്യും... എന്റെ അവസ്ഥ...’

അവർ പറഞ്ഞു മുഴുമിപ്പിക്കുന്നതിനു, മുൻപ്, അവൾ ഫോൺ ഡിസ്കണക്ട് ചെയ്തു. അവൾക്കു ദേഷ്യവും സങ്കടവും ഒരുമിച്ചു വന്നു.

വീട്ടിൽ പോയി, കട്ടിലിൽ മുഖം പൊത്തി കിടന്നു ആരോടും ഒന്നും പറഞ്ഞില്ല. സന്ധ്യ കഴിഞ്ഞപ്പോൾ ഹസീനയുടെ നമ്പറിൽ നിന്നും ഒരു കാൾ വന്നു.

രാവിലെ തന്നെ നമ്പർ സേവ് ചെയ്തു വെച്ചത് ഇനി എടുക്കാതെ ഇരിക്കാനാണ് എങ്കിലും അവൾ ആ കാൾ എടുത്തു...

‘സിമിതാ, ഞാൻ ഹസീനയാണ്’’

– രാവിലെ മാഡം എന്ന് വിളിച്ചിട്ടു, വൈകുന്നേരം പേര് പറഞ്ഞു വിളിക്കുന്നത് എന്താണെന്ന് സിമി സംശയിച്ചു.

‘ഞാൻ ഇപ്പൊ ഒഫീഷ്യൽ ആയിട്ടല്ല വിളിക്കുന്നത്, രാവിലെ വിളിച്ചത് തന്നെ ഒന്ന് നേരിട്ട് കാണാൻ പറ്റുമോ എന്നറിയാൻ കൂടെ ആയിരുന്നു’

‘എന്താണ്, കാര്യം പറയു...’ അല്പം മുഷിഞ്ഞ സ്വരത്തിൽ തന്നെ സിമി പറഞ്ഞു

‘ഞാനാണ് രാധമ്മയ്ക്കു സിമിതയുടെ നമ്പർ കൊടുത്തത്... ആ മണിയന്റെ ഭാര്യ...’ അവൾ അർദ്ധവാക്യത്തിൽ നിറുത്തി.

‘What ?? How dare you...you bi –’ അവൾ പറഞ്ഞു മുഴുമിപ്പിച്ചില്ല

'Relax... I know how you feel.' ഹസീന പറഞ്ഞു തുടങ്ങി. 'ഞാൻ സിമിതയുടെ കവർ സ്റ്റോറിയെ കുറിച്ച് പറഞ്ഞിരുന്നല്ലോ, സിമിതയുടെ ഭാഗം മാത്രം പറഞ്ഞാൽ, ആ കഥ പൂർണ്ണം ആകി ല്ലെന്ന് തോന്നി. അങ്ങനയാണ് ഞാൻ അയാളുടെ വീട് തിരഞ്ഞു പോയത്. സിമിത ഏതാനും മിനിറ്റുകൾ അനുഭവിച്ചത്. കഴിഞ്ഞ കുറെ വര്ഷങ്ങളായി അനുഭവിക്കുന്ന സ്ത്രീ ആണ് അവർ. ഒന്ന് പ്രതി കരിക്കാൻ പോലും ആകാതെ.സമൂഹത്താൽ തഴയപ്പെട്ടു, അയാൾ എന്ന ഒറ്റ ആശ്രയത്തിൽ ജീവിക്കുന്ന രണ്ടു ജീവനുകൾ - ആ സ്ത്രീയും ഒരു കുട്ടിയും.'

'അവരുടെ കഥയും പറഞ്ഞു എന്നോട് വരാൻ എങ്ങനെ തോന്നി തനിക്കു' - സിമി ഒരു കരച്ചിലിന്റെ വക്കോളം എത്തിയിരുന്നു.

'കാരണം, ഒരു രണ്ടു നാൾ കൂടെ കഴിഞ്ഞാൽ അവരുടെ മരണ വാർത്ത സിമിക്ക് പത്രത്തിൽ വായിക്കേണ്ടി വരുമായിരുന്നു' .

സിമിക്ക് ശ്വാസം മുട്ടി... എന്താണിവർ പറയുന്നത്... 'എങ്ങനെ???' അവൾ ചോദിച്ചു.

'എല്ലാ വഴികളും അടയുമ്പോ, തുറന്നു കിട്ടുന്ന ഒരു വഴിയുണ്ടല്ലോ, ആത്മഹത്യ, അങ്ങനെ...'

സിമി ഒന്നും പറയാതെ നിന്നു...

'അവർക്കു പറയാനുള്ളതും കൂടെ ഒന്ന് കേൾക്കണം സിമിത...' ഹസീനയുടെ സ്വരത്തിൽ ഒരു യാചന ഉണ്ടായിരുന്നു...

ആ മനുഷ്യന്റെ, ഭാര്യയെയും മകനെയും കാണാൻ പോകണം എന്ന് പറഞ്ഞപ്പോൾ, അവൾക്കു വല്ലാത്ത വൈഷമ്യവും ഈർഷ്യയും തോന്നി. എങ്കിലും, എന്ത് കൊണ്ടോ അവൾ വരാം എന്ന് പറഞ്ഞു പോയി... ഇല്ല എന്ന് പറയാൻ അവൾക്കു കഴിഞ്ഞിരുന്നില്ല.

അടുത്ത ദിവസം വൈകുന്നേരം ആണ് ഹസീനയെ കാണാൻ ചെന്നത്. ഓഫീസിൽ നിന്നും പെർമിഷനും വാങ്ങി ശാരിയെയും കൊണ്ടാണ് പോയത്. ലൈബ്രറി ഹാളിൽ കാത്തു ഹസീന നിൽ ക്കുന്നുണ്ടായിരുന്നു. നീല ജെഗ്ഗിങ്ങ്സും കറുപ്പ് ടോപ്പും ആയിരുന്നു വേഷം. കാഴ്ച്ചയിൽ സിമിയെക്കാൾ പ്രായം തോന്നിച്ചിരുന്നു. അവിടെ നിന്നും മൂന്നു പേരും കൂടെ ഹസീനയുടെ കാറിലാണ് പോയത് ഹോസ്പിറ്റലിന് സമീപത്തെ ഒരു റെസ്റ്റോറന്റിലാണ് അവരോടു വരാൻ പറഞ്ഞിരുന്നത്.

അവിടെ എത്തും വരെ ആരും പരസ്പരം ഒന്നും സംസാരിച്ചിരു ന്നില്ല.

മൂന്നു കാപ്പിയും ഓഡർ ചെയ്തു കാത്തിരുന്നപ്പോൾ ഒരു സ്ത്രീയും കുട്ടിയും കൂടെ കടന്നു വന്നു. അതി ദൈന്യതയാർന്ന രൂപമായിരുന്നു അവരുടേത്. ആദ്യ നോട്ടത്തിൽ, ഭിക്ഷാടകർ എന്ന് തോന്നിപ്പിച്ച അവർക്കു നേരെ 'എന്തിനു കേറി?' എന്നൊരു ഭാവത്തിൽ ബെയറർ തടഞ്ഞു കൊണ്ട് ചെന്നു...

ഹസീന കൈ ഉയർത്തി കാട്ടി അവരോട് അകത്തേക്ക് വരാൻ പറഞ്ഞു. ഒട്ടൊന്ന് ഭയപ്പെട്ട് മടിച്ചുമടിച്ച് അവർ ആ കുട്ടിയെയുംകൊണ്ട് അകത്തേക്ക് കടന്നുവന്നു. സംശയദൃഷ്ടിയോടെ ആ ബെയറർ പിന്മാറി. സിമി അവരെ രണ്ടുപേരെയും നോക്കി.ദൈന്യതയാർന്ന രൂപം. ആദ്യനോട്ടത്തിൽ ഭിക്ഷാടകർ തന്നെ എന്ന് തോന്നും. ആ സ്ത്രീ കുട്ടിയുടെയും കൈപിടിച്ച് അവർക്കെതിരായ കസേരയുടെ മുന്നിൽ വന്നു നിന്നു. ഇരിക്കാൻ അവർ എന്തോ ഭയപ്പെടുന്നത് പോലെ തോന്നി. ഹസീന അവരോട് ഇരിക്കാൻ ആവശ്യപ്പെട്ടു. അനുസരണയോടെ അവർ രണ്ടുപേരും ആ കസേരയിൽ ഇരുന്നു. മകന്റെ കൈയും പിടിച്ച് ആ സ്ത്രീ താഴേക്ക് നോക്കിയിരുന്നു.അവളുടെ മുഖത്ത് നോക്കാൻ അവർ എന്തോ ഭയപ്പെടുന്നു എന്ന് തോന്നി.

'രണ്ടു ചായയും രണ്ടു മസാലദോശയും.' ബെയററേ നോക്കി ഹസീന വിളിച്ചുപറഞ്ഞു. അയാൾ അത് എടുക്കാൻ അകത്തേക്ക് പോയി.

കുറച്ചു സമയത്തേക്ക് ആരും ഒന്നും സംസാരിച്ചില്ല.

'ഇപ്പോ എങ്ങനെയുണ്ട്'' ചോദിച്ചത് ഹസീന യാണ്.

'കുറവില്ല എന്ന് തോന്നുന്നു ആരും ഒന്നും പറയുന്നില്ല'. തളർന്ന ശബ്ദത്തിൽ മുഖമുയർത്താതെ അവർ പറഞ്ഞു.

'പഠിക്കട്ടെ പിശാശ്'. ഹസീന വർദ്ധിച്ച ദേഷ്യത്തോടെ പറഞ്ഞു.

ഹസീന അത് പറഞ്ഞപ്പോൾ സിമി അവരുടെ മുഖഭാവം ശ്രദ്ധിച്ചു അത് തീർത്തും മ്ലാനമായിരുന്നു. ഹസീന സിമിയുടെ നേർക്ക് തിരിഞ്ഞ്. 'ഇവരാണ് ഇപ്പോഴത്തെ പ്രശ്നം സിമിത,! ഉപേക്ഷിക്കാൻ ആവുന്നില്ല നമ്മളെ പോലെ ഒരു സ്ത്രീയാണ് ഇവരും.'

സിമിയും ശാരിയും മറുപടിയൊന്നും പറയാതെ ഹസീനയുടെ മുഖത്തേക്ക് തന്നെ നോക്കിയിരുന്നു.

ഹസീന തുടർന്നു... 'ഞാൻ ബാംഗ്ലൂരിൽ നിന്ന് വന്നിട്ട് കുറച്ചേ ആയുള്ളൂ അതുകൊണ്ടുതന്നെ ഇവിടെ എനിക്ക് സുഹൃത്തുക്കൾ കുറവാണ്. ഉപദ്രവിക്കുമായിരുന്നെങ്കിലും ഇവർക്ക് ആഹാരം കൊടുത്തിരുന്നത് അയാളാണ്. ഇനി അയാളെ കൊണ്ട് ഇവരെ നോക്കാൻ കഴിയുമെന്നു തോന്നുന്നില്ല. അയാളുടെ ബന്ധുക്കൾ

ഇവരെ കുടുംബത്തിൽ നിന്നും അടിച്ചിറക്കി. ഇപ്പോൾ ഇവർ ഈ ഹോസ്പിറ്റലിന്റെ മുന്നിലാണ് താമസം. കഴിഞ്ഞ ദിവസം ഞാൻ ഇവിടെ വന്ന് ഇവരെ കാണുമ്പോൾ ഇവർ ആഹാരം കഴിച്ചിട്ട് ദിവസങ്ങളായിരുന്നു.'

'അതിന് ഇവളെ കൊണ്ട് എന്ത് ചെയ്യാൻ കഴിയും ?' ചോദിച്ചത് ശാരിയാണ്.

'സിമിതയ്ക്കേ എന്തെങ്കിലും ചെയ്യാൻ കഴിയൂ'. ഹസീന പറഞ്ഞു. 'ഞാൻ ഇവിടെ കുറച്ച് സ്ത്രീ സംഘടനകളുമായി സംസാരിച്ചു നോക്കി. അവരാരും ഇവരെ ഏറ്റെടുക്കാൻ തയ്യാറല്ല. ഇത്തരം ഇഷ്യൂസ് ഒക്കെ വന്നതുകൊണ്ട്.'

അപ്പോഴേക്കും ആഹാരം വന്നു. അവർ ആർത്തിയോടെ ആഹാരം കഴിക്കുന്നത് കണ്ടപ്പോൾ സിമിക്ക് ശരിക്കും ദുഃഖം തോന്നി. ഈ സ്ത്രീയും കുട്ടിയും, ഇവർ എന്ത് പിഴച്ചു? തന്നെപ്പോലെ തന്നെയല്ലേ ഇവരും.?

'അതിനിപ്പോൾ ഞങ്ങൾക്ക് എന്ത് ചെയ്യാൻ കഴിയും എന്നാണ്'ശാരിയുടെ ശബ്ദമുയർന്നു. 'നിങ്ങൾ പത്രക്കാരല്ലേ... നിങ്ങൾക്ക് ഒന്നും ചെയ്യാൻ കഴിയില്ല.'

'കഴിയില്ലേ? പലതും കഴിയും പക്ഷേ എന്റെ സുഹൃത്തുക്കൾ ആരോടെങ്കിലും, അല്ലെങ്കിൽ, സഹപ്രവർത്തകർ ആരോടെങ്കിലും ഇതിനെപറ്റി പറഞ്ഞാൽ അവര് ഇത് ഒരു സ്കൂപ്പ് ആക്കി എടുക്കും... പിന്നെ നാളത്തെ ചാനൽ ചർച്ചയിൽ ഇവരായിരിക്കും. മറുവശത്ത് ചിലപ്പോൾ സിമിതയും കാണും. അത് വേണോ.?'

സിമിയും ശാരിയും പരസ്പരം നോക്കി എന്നിട്ട് വേണ്ട എന്ന മട്ടിൽ തലയാട്ടി.

'ഞാൻ എങ്ങനെ സഹായിക്കാനാണ്' സിമിത ചോദിച്ചു.

ഏതെങ്കിലും ഒരു സംഘടനയിൽ, അവരൊക്കെ ഇപ്പോൾ തൻടെ പിറകിൽ ആണല്ലോ. ഒന്ന് സംസാരിക്കൂ. അധികം പബ്ളിസിറ്റീ ആവാതെ ഇവരെ എങ്ങനെയെങ്കിലും ഒന്ന് ഏറ്റെടുക്കാൻ അപേക്ഷിക്കൂ. താൻ പറഞ്ഞാൽ അവർക്ക് ഒഴിവാക്കാനാവില്ല.'

ശരിയാണ് സിമി ചിന്തിച്ചു. പക്ഷേ അത് വേണോ?

'നീ വന്നേടീ !' ശാരി പറഞ്ഞു. 'നിങ്ങൾ ചാനൽ വഴിയോ പത്രം വഴിയോ എങ്ങനെയെങ്കിലും ഇവരെ ഉദ്ധരിച്ചോ... ഞങ്ങളെ കൊണ്ട് പറ്റില്ല. അതുകൊണ്ടു ഉണ്ടാവുന്ന പ്രശ്നങ്ങൾ ഒക്കെ ഞങ്ങൾ നോക്കിക്കോളാം.'

ശാരി സിമിയേ വിളിച്ച് കസേരയിൽ നിന്ന് എണീറ്റു. അപ്പോഴും ആ സ്ത്രീയും കുട്ടിയും ആഹാരം കഴിക്കുന്ന തിരക്കിലായിരുന്നു

'നാണംകെട്ട വർഗ്ഗങ്ങള്!!' ശാരീക്ക് അരിശം തീർന്നിരുന്നില്ല!.

അവൾ സിമിതയേയും വലിച്ചു കൊണ്ട് അവിടെ നിന്നും പുറത്തിറങ്ങി. തിരികെ വണ്ടിയിൽ പോയപ്പോഴും അവൾ, അവരെയും ഹസീനയെയും കുറ്റം പറഞ്ഞു കൊണ്ട് തന്നെ ഇരുന്നു. 'ഇതിനെയൊക്കെ പിടിച്ചു പോലീസിൽ ഏൽപ്പിക്കേണ്ടതാണ്. ഓരോ പത്രപ്രവർത്തകർ ഇറങ്ങിയിട്ടുണ്ട്... കള്ള ക്കൂട്ടം' ശാരി പറഞ്ഞു.

വീട്ടിൽ പോയിട്ടും അവൾക്ക് ആ സ്ത്രീയുടെയും കുട്ടിയുടെയും മുഖം മനസ്സിൽ നിന്നും മാഞ്ഞിരുന്നില്ല. വിശപ്പു കാരണം അവർ മറ്റൊന്നും ശ്രദ്ധിക്കാതെ, അവരുടെ ഭാവിയെക്കുറിച്ചു സംസാരിക്കുന്നതു പോലും അറിയാതെ, ആഹാരം വലിച്ചുവാരി തിന്നുന്നതിന്റെ ദൃശ്യം അവളുടെ കണ്ണുകളിൽ അപ്പോഴും തങ്ങിനിന്നു. അപ്പോൾ അവിടെ നിന്നും അങ്ങനെ ഇറങ്ങിപ്പോരേണ്ടിയിരുന്നില്ല എന്ന് അവൾക്ക് തോന്നി.

അവൾക്ക് രാത്രി ഉറങ്ങാൻ കഴിഞ്ഞില്ല. കണ്ണടയ്ക്കുമ്പോൾ ഒക്കെ പിച്ചിച്ചീന്തുന്ന അയാളുടെ മുഖവും ആർത്തിയോടെ ആഹാരം കഴിക്കുന്ന ആ സ്ത്രീയുടെയും കുട്ടിയുടെയും രൂപം ആയിരുന്നു അവളുടെ കണ്ണിൽ നിറയെ...

അറിയാതെ തന്നെ അവൾ അവർക്ക് വേണ്ടി കരഞ്ഞുപോയി. അടുത്തദിവസം സുഖമില്ല എന്ന് ഒരു നുണ പറഞ്ഞ് ഓഫീസിൽ നിന്നും ലീവ് എടുത്തു. രാവിലെ മുതൽ ആലോചിച്ച് കേരള വിമൻസ് ഫോറം എന്നൊരു സംഘടനയിൽ അവൾ വിളിച്ചു സംസാരിച്ചു. ആദ്യം അവർ കുറച്ചു ബുദ്ധിമുട്ടൊക്കെ പറഞ്ഞെങ്കിലും അവളുടെ നിർബന്ധം കാരണം കുറച്ചുനാളത്തേക്ക് ആ സ്ത്രീയേയും അവരുടെ കുട്ടിയെയും ഏറ്റെടുക്കാമെന്ന് അവർ സമ്മതിച്ചു...

അവൾക്ക് കുറച്ച് ഒരു ആശ്വാസം തോന്നി. എന്നിട്ട് വിളിച്ചത് ഹസീനയെയാണ്. ഒരുപാട് തവണ വിളിച്ചെങ്കിലും ഹസീന കോൾ എടുത്തില്ല. തിരിച്ചു വിളിക്കണം എന്ന് പറഞ്ഞ് അവൾ ഒരു മെസ്സേജ് അയച്ചു. വൈകുന്നേരമാണ് ഹസീന തിരിച്ചു വിളിച്ചത്.

'എന്താണ് ?'

ഹസീനയുടെ ശബ്ദത്തിൽ ഒരു താല്പര്യമില്ലായ്മ പ്രകടമായിരുന്നു.

അവൾ കാര്യങ്ങളെല്ലാം ഹസീനയോട് വിശദമായി തന്നെ പറഞ്ഞു. എല്ലാം കേട്ട് കഴിഞ്ഞ് ഹസീന പറഞ്ഞു.

'ഇന്ന് രാവിലെ മുതൽ ഞാൻ അവരെ അന്വേഷിച്ച് ഈ

നഗരത്തിൽ ഇനി അലയാൻ ഒരു സ്ഥലം ബാക്കിയില്ല. മരിച്ചോ ജീവനോടെയുണ്ടോ ഒന്നുമറിയില്ലായിരുന്നു... ഇനി എന്തായാലും അവർക്ക് എന്റെയോ തന്റെയോ സഹായം ആവശ്യം ഉണ്ടെന്ന തോന്നുന്നില്ല... വൈകുന്നോരം ജനറൽ ഹോസ്പിറ്റലിൽ അന്വേഷിച്ചപ്പോൾ ഒരു സ്ത്രീയുടെയും കുട്ടിയുടെയും ബോഡികൾ റെയിൽവേ ട്രാക്കിൽ നിന്ന് കിട്ടീ എന്ന് പറഞ്ഞു. നാളെ രാവിലെ ഞാൻ മോർച്ചറിയിലേക്ക് പോകുന്നുണ്ട് അവരെ ഐഡെന്റിഫൈ ചെയ്യാൻ.'

അത്രയും പറഞ്ഞ് ഹസീന ഫോൺ കട്ട് ചെയ്തു.

ഒരു ഇരുൾ വന്ന തന്നെ മൂടുന്നത് സിമിത അറിഞ്ഞു.

●

# ബലിയുടെ മകൻ

അച്ഛനെ സ്വപ്നം കണ്ടാണ് കുട്ടു ഉണർന്നത്. കവിളിൽ ഉമിനീര് പറ്റിയിരിക്കുന്നു.അവനതു തുടച്ചു കളഞ്ഞു. എന്താണ് സ്വപ്നം കണ്ടത്?അവൻ ആലോചിച്ചു. അപ്പോഴാണ് അവനു മുന്നിൽ രണ്ടു സ്ത്രീകൾ അവനെ തന്നെ നോക്കി താടിക്ക് കൈയ്യും കൊടുത്ത് നിൽക്കുന്നത് അവൻ ശ്രദ്ധിച്ചത്. ആകെ ഒരു വിഷമഭാവം,

'എന്താണാവോ ഇത്ര വിഷമിക്കാൻ?' അവനോർത്തു.

'മോൻ വല്ലതും കഴിച്ചായിരുന്നോ' കൂട്ടത്തിൽ വണ്ണമുള്ള ഒരു സ്ത്രീ ചോദിച്ചു.

'നിങ്ങളൊക്കെ ആരാ' എന്ന് ചോദിക്കാനാണ് അവന് ആദ്യം തോന്നിയത്, എങ്കിലും അവൻ ഒന്നും പറയാതെ അവരുടെ മുഖത്ത് തന്നെ തുറിച്ചു നോക്കിയിരുന്നതേയുള്ളൂ.

മറ്റേ സ്ത്രീ അടുത്ത് വന്നിരുന്നു വളരെ വിഷമത്തോടെ അവന്റെ തലയിൽ തടവി

'അമ്മയ്ക്കിനി നീ മാത്രമേയുള്ളൂ നല്ല കുട്ടി ആയിരിക്കണം കേട്ടോ'

അവന് ആകെ ദേഷ്യമാണ് വന്നത്. ഇവരെന്തിനാണ് എന്നോട് ഇങ്ങനെയൊക്കെ പറയുന്നത് എന്ന് അവൻ ചിന്തിച്ചു. അവരുടെ കൈ തട്ടി മാറ്റി അവൻ അകത്തെ മുറിയിലേക്ക് ഓടി...

മുറികളിലൊക്കെ ആളുകളാണ്, മിക്കവരും കുട്ടുന് പരിചയമില്ലാത്തവർ. അവരിൽ പലരും അവനെ അടുത്തേക്ക് വിളിച്ചു... അവൻ അത് ശ്രദ്ധിക്കാതെ അമ്മയെ നോക്കി... 'അമ്മ എവിടെ ?'

നിശബ്ദമായി കിടന്ന മുറികളിലൊക്കെ നല്ല ബഹളം. ഇന്നലെ രാത്രി തുടങ്ങിയതാണ്. അവൻ നോക്കിയപ്പോൾ, ചുവരിലെ

ഡോറയുടെ പടം ഇളകി കിടക്കുന്നു. 'എന്ത് പ്രയാസപ്പെട്ടു ഒട്ടിച്ചു വെച്ചതാണ്. 'എങ്ങനെ ഇളകിപ്പൊയോ ആവോ'.- അവൻ അത് പഴയതു പോലെ തിരിച്ചു ഒട്ടിച്ചു വെച്ചു.

ചിലരൊക്കെ അവനെ ദുഖിച്ചു നോക്കി പരസ്പരം എന്തോ പിറുപിറുത്ത് കൊണ്ടിരിക്കുന്നു... അവൻ ഊണ് മുറിക്കു പിന്നിലെ ബെഡ് റൂമിൽ ചെന്നു, 'അമ്മ അവിടെയുണ്ട് - ആശ്വാസം'

അമ്മ വലിയമ്മയുടെ മടിയിൽ കിടക്കുകയായിരുന്നു അമ്മയുടെ മുടിയൊക്കെ അലങ്കോലമായി കിടക്കുന്നു, ഇന്നലത്തെ പോലെ തന്നെ...

'കുട്ടന്റെ കാര്യത്തിൽ പാർട്ടിക്കാരെന്തെങ്കിലും ചെയ്യുമായിരിക്കും... അവർക്കു വേണ്ടിത്തന്നെയല്ലേ...' കുട്ടനെ കണ്ട് വെല്യമ്മ സംസാരം നിറുത്തി. അമ്മയെ അപ്പോഴും കരയുകയായിരുന്നു.

'ഇങ്ങു വാടാ '- വല്യമ്മ വിളിക്കുന്നു.

അവൻ അമ്മയെ നോക്കി - "അമ്മ വല്ലതും കഴിച്ചാരുന്നോ?' അവനു ചോദിക്കണം എന്ന് തോന്നി. എല്ലാരും കൂടി നിന്നതു കൊണ്ട് അവൻ ഒന്നും പറയാതെ പുറത്തിറങ്ങി.

വീടിനു മുൻവശത്ത്, ടാർപാളൻ വലിച്ചു കെട്ടിയിരുന്നു. മുറ്റത്താകെ, നീല വെളിച്ചം

കുറെ പ്ലാസ്റ്റിക് കസേരകൾ കിടപ്പുണ്ട്, അവൻ അതിലൊന്നിൽ കയറി ഇരുന്നു. പറമ്പിൽ കുറെ ചേട്ടന്മാർ നിന്ന് സംസാരിക്കുന്നുണ്ട്, അച്ഛന്റെ കൂട്ടുകാർ. അടുത്ത കസേരയിൽ മാമൻ ആരോടോ സംസാരിക്കുന്നു. കുട്ടനെ കണ്ട മട്ടില്ല.

'പുറപ്പെടുന്നു പറഞ്ഞിട്ട്, എത്തേണ്ട നേരമായില്ലേ ??'

'ഇല്ല, ആകുന്നെ ഉള്ളൂ...' - ആരോ പറഞ്ഞു. പുറത്തു നിന്നും ഒരു ചേട്ടൻ ഒരു പൊതി കൊണ്ട് വന്നു മാമന്റെ കയ്യിൽ കൊടുത്തു. അത് തുറന്നപ്പോൾ, അച്ഛന്റെ പടം. അവൻ അത് നോക്കാൻ കൗതുകത്തോടെ മാമന്റെ അടുത്ത് ചെന്നു നിന്നു... അപ്പോൾ മാത്രമാണ് അയാൾ അവനെ കണ്ടത്. എന്ത് പറയണം എന്ന് അറിയാതെ അയാൾ അവന്റെ മുഖത്ത് നോക്കി ഇരുന്നു. അവൻ ആ പടം നോക്കി, കണ്ണാടി ചില്ലിട്ട പടം, അതിൽ അച്ഛൻ ചിരിക്കുന്നു. ഇതെപ്പോ എടുത്തു ?? അവൻ ആലോചിച്ചു.

അവനെ ചൂണ്ടി മാമനോട് ആരോ ചോദിച്ചു - 'പറഞ്ഞാരുന്നോ??'

അയാൾ മറുപടി ഒന്നും പറയാതെ കുട്ടനെ പിടിച്ചു അയാളുടെ മടിയിൽ ഇരുത്തി.

കുട്ടന് അറിയാമായിരുന്നു - 'അച്ഛൻ മരിച്ചു, അല്ല കൊന്നതാണ്, പക്ഷേ അതിനെന്താണ് ?? എല്ലാർക്കും അറിയാമായിരുന്ന കാര്യ മാണല്ലോ. കുറച്ചു നാൾ മുൻപ് മാമൻ തന്നെ അച്ഛനോട്, അവനെ മടിയിൽ വെച്ച് പറഞ്ഞത് അവൻ കേട്ടതാണ്.

'ഇങ്ങനെ പോയാൽ, അവന്മാര് നിന്നെ കൊല്ലാനും മടിക്കില്ല'

അന്ന് അച്ഛൻ അത് കേട്ട് കുറെ നേരം ചിരിച്ചു. അച്ഛന് അതൊന്നും കുഴപ്പമില്ല എന്ന് പറഞ്ഞു എല്ലാരേയും സമാധാനിപ്പിക്കണം എന്ന് അവനുണ്ടായിരുന്നു. പക്ഷേ ഒരു പാട് പരിചയം ഇല്ലാത്തവർ... അവർ വഴക്കു പറയുമോ എന്ന് പേടി.

'വലിയവർ സംസാരിക്കുന്നതിന്റെ ഇടയിൽ പോയി വർത്താനം പറയരുത്'-അമ്മ മുൻപ് പറഞ്ഞിട്ടുണ്ട്

അവൻ മാമന്റെ കൈ വിടുവിച്ചു, വരാന്തയുടെ കൈവരിയിൽ പോയിരുന്നു... ഇനി കൊല്ലാൻ ബാക്കിയുള്ളവരുടെ കണക്കെടുത്തു.

'കട്ടപ്പ, പിന്നെ... ഒരു... ബല്ല... ബല്ല... ഇന്നലെ സിനിമ കണ്ടപ്പോ ക്കൂടെ ഓർത്തു വെച്ചതാണ്. മറന്നുപോയി, ങാ ഒരു താടി വെച്ച മാമൻ... ശേ... ഒരു വാളുണ്ടായിരുന്നെങ്കിൽ !

ഇപ്പൊ ആകെ ബോർ അടിക്കുന്നു... എല്ലാരും നിൽക്കുമ്പോ, കൊച്ചു ടീവി വെക്കാൻ എങ്ങനെ പറയും'

അവൻ ആകെ നിരാശനായി...

അവൻ കൈവരിയിൽ കിടന്ന് മണ്ണിലെ കുഴിയാനകളുടെ കുഞ്ഞു കുഴികൾ തുപ്പൽ കൊണ്ട് അടക്കാൻ ശ്രമിച്ചു കൊണ്ടിരുന്നു. വീട് നഷ്ടപ്പെട്ട കുഴിയാന പുറത്തേക്കു വരും എന്ന് അവൻ പ്രതീക്ഷിച്ചു, പക്ഷേ വന്നില്ല. തുപ്പൽ പുരണ്ട മണ്ണ്, ദോശപ്പൊടിയിൽ ഒഴിച്ച എണ്ണ പോലെ നിറം മാറിവന്നു.

അന്നേരം ഒരു വലിയ കാറ്റേറ്റ് മുകളിൽ കെട്ടിയിരുന്ന ടാർപാളൻ, ബലൂൺ പോലെ വീർത്തു പൊങ്ങി. അതിന്റെ ഒരു ഭാഗത്തെ കെട്ടു പൊട്ടിപ്പോയി. കുറെ ചേട്ടന്മാർ ഓടി ചെന്ന് അതിനെ പിടിച്ചു വലിച്ച് വീണ്ടും കെട്ടി വെച്ചു. അവൻ ഇതൊക്കെ കണ്ടുകൊണ്ട് ആ വരാന്ത യുടെ കൈവരിയിൽ തന്നെ ഇരുന്നു.

ആ സമയം റോഡിൽ നിന്നും ഒരു തടിയൻ കാറ് മുറ്റത്ത് വന്നു നിന്നു.അവിടെ നിന്ന ആളുകളൊക്കെ അതിനു ചുറ്റും പോയി നിന്നു

അതിനുള്ളിൽ നിന്നും ഒരു ഉഷാറുള്ളൊരാൾ ഇറങ്ങി എല്ലാരോ ടുമായി ചോദിച്ചു...

'എത്തീലാ ?'

'ഇല്ല' മാമനാണ് മറുപടി പറഞ്ഞത്

'ഓ' - അയാൾ മാമന്റെ അടുത്ത് വന്നു പറഞ്ഞു, 'സെക്രട്ടറി വരുന്നുണ്ട്, ചിലപ്പോ മന്ത്രിയും വരുമായിരിക്കും'

മാമൻ ഒന്ന് മൂളിക്കേട്ടു.

'കുറെ പത്രക്കാരും വരുവായിരിക്കും'

'പിള്ളേരൊക്കെ ചൂടിലാണ്'' - ആരോ പറഞ്ഞു

'ചൂട് കൂടിയവന്റെ അവസ്ഥ കണ്ടില്ലേ, എല്ലാവനും കാണട്ടെ, കണ്ടു പഠിക്കട്ടെ...'

ബാക്കിയുള്ളവരോട് ചേർന്ന് ഒരു സ്വകാര്യം പോലെ അയാൾ പറഞ്ഞു

'വരുന്നവരൊക്കെ പോകും...'

എല്ലാരുടെയും,മുഖം വാടി. അത് കണ്ട അയാൾ പറഞ്ഞു

'ഒന്ന് തണുക്കാൻ പറ... എല്ലാത്തിനും സമയം വരും... അങ്ങനെ ഒന്നും മറക്കുന്ന ശീലം നമുക്കില്ലല്ലോ, ഒന്ന് തഞ്ചപ്പെട്''.

കുട്ടു വരാന്തയിൽ നിന്നും ഇറങ്ങി അകത്തു കയറി,മറ്റു മുറികളിൽ കയറി നോക്കി. ജിത്തു വന്നാരുന്നോ ?

അവനുണ്ടായിരുന്നെങ്കിൽ, കളിയ്ക്കാൻ ഒരാളായേനെ. പുറത്തു ഒരു വലിയ വാഹനം വേഗത്തിൽ വന്നു നിന്നതിന്റെ ശബ്ദം. പുറത്തു മുദ്രാവാക്യം വിളികൾ

'ഇല്ലാ, ഇല്ല മരിക്കുന്നില്ല... ജീവിക്കുന്നു ഞങ്ങളിലൂടെ...' - ചേട്ടന്മാർ ചുരുട്ടിയ കൈകൾ ആകാശത്തേക്ക് എറിഞ്ഞു.പുറത്തു നിന്നും കുറച്ചു പേര് വരാന്തയിലേക്ക് ഇരച്ചു കയറി. മുദ്രാവാക്യത്തിന് മുകളിൽ അമ്മയുടെ നിലവിളി ഉയർന്നു കേട്ടു.

കുറെപേര് ചേർന്ന്, അച്ഛനെ കിടത്തിയ കട്ടിൽ, വരാന്തയിൽ കൊണ്ടു വെച്ചു. അതിൽ ചുവന്ന തുണി പുതച്ചിരുന്നു.

എന്താണ് അച്ഛന്റെ തലയിൽ കെട്ടൊക്കെ? അത് അഴിച്ചു കളയണം. അവനെ അമ്മ കെട്ടിപ്പിടിച്ചു കരഞ്ഞു. അവൻ അമ്മയോട് പറഞ്ഞു 'ആ കെട്ട് മാറ്റ്! അച്ഛനെ നേരെ കാണാൻ പറ്റുന്നില്ല'. - അവൻ പറഞ്ഞത്, ആരും കേട്ടില്ലേ

ആരൊക്കെയോ ഫോട്ടോ എടുക്കുന്നുണ്ട്, ലൈറ്റുകൾ മിന്നി തെളിയുന്നു.

'മോനെ ഇങ്ങോട്ടു നോക്ക്''- ഫോട്ടോ എടുക്കുന്ന ചേട്ടന്മാർ വിളിച്ചു പറഞ്ഞു. അവൻ അതിലേക്കു മിഴിച്ചു നോക്കി.

'അമ്മ അലമുറ ഇട്ട് കരയുകയാണ്. അവന് അത്രയ്ക്ക് വിഷമം ഒന്നും തോന്നിയില്ല ! ചെറുതായിട്ട് വിശക്കുന്നുണ്ട്. ഇപ്പൊ ആരോട് പറയും !!

അപ്പോൾ പുറത്തു വേറെ ഒന്ന് രണ്ടു വലിയ വാഹനങ്ങൾ വന്നു നിന്നു. കുട്ടു കൗതുകത്തോടെ അത് നോക്കി. അതിൽ നിന്നും തടിച്ച ഒരാൾ ഇറങ്ങി വന്നു. ആളുകൾ ഭവ്യതയോടെ തൊഴുതു മാറി. അയാൾ വേദനിക്കുന്ന മുഖത്തോടെ അച്ഛനെ നോക്കി, കുട്ടു അയാളുടെ താടിയിലെ കറുത്ത മറുക് നോക്കി നിന്നു

നേരത്തെ വന്ന ഉഷാറുള്ളയാൾ അയാളുടെ ചെവിയിൽ എന്തോ പറഞ്ഞു എന്നിട്ടു കുട്ടുവിനു നേരെ ചൂണ്ടിക്കാണിച്ചു. അയാൾ കണ്ണാടി നേരെയാക്കി കുട്ടുവിനെ സൂക്ഷിച്ചു നോക്കി. എന്നിട്ടു അടുത്തേക്ക് വരാൻ ആംഗ്യം കാട്ടി. അവൻ അമ്മയുടെ പിന്നിലേക്ക് പതുങ്ങി. പിറകിൽ നിന്നും ആരൊക്കെയോ അവനെ മുന്നിലെ തള്ളി...

'ചെല്ലൂ, ചെല്ലൂ' എന്ന് ആരോ പറയുന്നുണ്ടായിരുന്നു, അവൻ മടിച്ചു മടിച്ചു അമ്മയുടെ അടുത്ത് നിന്നും അയാളുടെ അടുത്തേക്ക് ചെന്നു. അയാളുടെ സ്പ്രേയുടെ മണം അവനു ഇഷ്ടപ്പെട്ടു.

'സാറേ, ഒരു മിനിട്ടു... ഒന്ന് ഇങ്ങോട്ട്...' ഫോട്ടോ എടുക്കുന്ന ചേട്ട ന്മാർ വിളിച്ചു പറഞ്ഞു.

അയാൾ അവർക്കു നേരെ തിരിഞ്ഞു നിന്ന്, കുട്ടുവിന് കവിളിൽ ഒരു ഉമ്മ കൊടുത്തു. കണ്ടു നിന്നവരെല്ലാം കണ്ണീരൊപ്പി. കുട്ടു കവിൾ തുടച്ചു കളഞ്ഞു. അയാൾ അവനോടു എന്തോ ചോദിച്ചു. അവൻ മറുപടി പറയാതെ മിഴിച്ചു നിന്നു. പിന്നിൽ നിന്നും ആരോ എന്തോ അയാളുടെ കയ്യിലേക്ക് കൊടുത്തു. അയാൾ അത് വാങ്ങി, അവന്റെ കഴുത്തിലേക്ക് ഇട്ടു.

ഒരു ചുവന്ന പൂക്കൾ കെട്ടിയ മാല.

ഇറങ്ങുന്നതിനു മുൻപ് അയാൾ അവന്റെ തോളിൽ തട്ടി പറഞ്ഞു

'നല്ലോണം പഠിക്കണം കേട്ടോ... മിടുക്കനാവണം'

കുട്ടു അമ്മയെ നോക്കി... അമ്മയുടെ കണ്ണുകൾ മാലയിൽ തന്നെ ഉടക്കി നിന്നു.

നിറഞ്ഞ കണ്ണുകൾ ദേഷ്യം കൊണ്ട് മാലയിലെ പൂക്കൾ പോലെ ചുവക്കുന്നതു അവൻ കണ്ടു. വന്നയാൾ തിരികെ ഇറങ്ങി.

ഫോട്ടോക്കാർ അയാളുടെ പിന്നാലെ പോയി. അയാൾ അവിടെ നിന്ന് എന്തൊക്കെയോ അവരോടു പറഞ്ഞിട്ടാണ് പോയത്.

അമ്മയ്ക്കൊപ്പം അകത്തേക്ക് പോയപ്പോ നീന ആന്റിയെ കണ്ടു

'ജിത്തു വന്നില്ലേ ആന്റി?'

'ഇല്ല മോനെ, അവന് ഒരു ചെറിയ പനീ പോലെ' - അവന്റെ മുഖം വാടി

ആൾക്കൂട്ടത്തിൽ നിന്ന് മാറി പുറത്തിറങ്ങി അവൻ ആ മാല പരിശോധിച്ചു.

'പൂക്കളല്ല, പ്ലാസ്റ്റിക്ക് പേപ്പർ ഇഴ അകറ്റി കെട്ടിയിരിക്കുന്നു'

അവൻ അത് ഊരി, ബാഹുബലിക്ക് കഴുത്തിൽ ചാർത്തി കൊടുത്തു.

'എന്താ മോനെ. നിനക്കുതു ഇഷ്ടപ്പെട്ടില്ലേ ?' - നിലത്തു വീണു കിടക്കുന്ന മാല കണ്ട് ആരോ ചോദിച്ചു. മറുപടി ഒന്നും പറയാതെ അവൻ അകത്തേക്ക് ഓടി.

വീണ്ടും അച്ഛനെ കാണാൻ ആളുകൾ വന്നു കൊണ്ടേയിരുന്നു. മുറ്റത്താകെ തിരക്കായി. വീണ്ടും ഒരു വട്ടം കെട്ടിയിരുന്ന ടാർപ്പാളിൻ പൊട്ടിപ്പോയി. പ്രായമായ ആരോ ശകാരിച്ചു

'ഒരു കയറു പോലും നേരാം വണ്ണം കെട്ടാൻ അറിഞ്ഞൂടാത്തവന്മാരാണ്, രാഷ്ട്രീയം കളിയ്ക്കാൻ നടക്കുന്നത്'

അത് കേട്ട് കെറുവിച്ചു, ചേട്ടന്മാർ കയർ ഒന്നൂടെ മുറുക്കി കെട്ടി.

ഉച്ച കഴിഞ്ഞപ്പോൾ, എല്ലാവരും കൂടെ അച്ഛനെ പൊക്കി എടുത്തു വണ്ടിയിൽ കയറ്റി. അമ്മയുടെ നിലവിളി ഉച്ചത്തിലായി. അത് കേട്ട് കുട്ടു ഓടി വന്നു. അമ്മ അവനെ കടന്നു പിടിച്ചു, കൂടെ നിറുത്തി.

മാമൻ അമ്മയോട് എന്തോ പറഞ്ഞു... അതിനു മറുപടിയായി

'എന്റെ മോനെ ഞാൻ എങ്ങോട്ടും വിടില്ല... അവൻ എന്റെ കൂടെ നിന്നാൽ മതി ഏട്ടാ'

മാമൻ മറുപടിയൊന്നും പറയാതെ അവനെ ഒന്ന് നോക്കുക മാത്രം ചെയ്തത്, വിഷമത്തോടെ പുറത്തിറങ്ങി. അച്ഛനെ വണ്ടിയിൽ കൊണ്ട് പോയി.

വന്നവർ ഓരോരുത്തരായി പോവാൻതുടങ്ങി. കുട്ടുവിന് അമ്മയോട് ദേഷ്യം തോന്നി. മാമൻ കൂടെ ചെല്ലാനാവും വിളിച്ചത്. അമ്മ വിടാത്തത് ആവും. ഒന്ന് കറങ്ങാൻ പോകാമായിരുന്നു.

അവൻ തൊടിയിലേക്കു ഇറങ്ങി. തെങ്ങിനെടുത്ത തടത്തിൽ പോയിരുന്നു.

'പഴയ വാള് പോയി... പുതിയതൊരെണ്ണം വേണം' - അതിനായി അവൻ ചുറ്റിനും നോക്കി. ദൂരെ ഒരു നീളൻ വടി കെട്ടി വെച്ചിരുന്നു.

അറ്റത്തു ഒരു ചുവന്ന കൊടിയും...

വളരെ പ്രയാസപ്പെട്ടു, അവൻ ആ ചെങ്കൊടി കയ്യിൽ എടുത്തു. അത് അവന് ഇഷ്ടപ്പെട്ടു.

അപ്പോൾ, അതാ, പൊന്തക്കാട്ടിൽ നിന്നും ഒരു വാലനക്കം...

അത് കുറുനരിയാണ്... അത് കൊടി മോഷ്ടിക്കാൻ വന്നതാണ്.

അവൻ അതിന്റെ നേർക്ക് കൈ നീട്ടി പറഞ്ഞു...

കുറുനരി മോഷ്ടിക്കരുത്... !

കുറുനരി മോഷ്ടിക്കരുത്... ! കുറുനരി മോഷ്ടിക്കേ... ചെയ്യരുത് !!

●

# ദൈവങ്ങൾ തമ്മിൽ...

ചിങ്ങ മാസം ഒന്നാം തീയതി രാവിലെ, കുളിയും കഴിഞ്ഞു മറ്റൊന്നും ചെയ്യാനില്ലാത്ത കൊണ്ട് മാത്രം ലാപ്ടോപ്പെടുത്ത്, ഫേസ്ബുക്കിൽ വെള്ളയും മഞ്ഞയും നിറമുള്ള ആശംസാചിത്രങ്ങൾ വാളിൽ പോസ്റ്റ് ചെയത്, സാമൂഹിക ജീവിയെന്ന പരിവേഷം സോഷ്യൽ മീഡിയകളിൽ അഴിഞ്ഞു വീഴാതിരിക്കാൻ, വൈറസ് ബാധിച്ച് മരിച്ചിട്ടില്ലെന്ന് നാട്ടുകാരെ അറിയിക്കാൻ, സമൂഹം തന്നെ വീടിന്റെ നാലു ചുവരുകൾക്കുള്ളിലും, വീട് തന്നെ ഒരു ചതുരപ്പെട്ടിയ്ക്കുള്ളിലും അടക്കപ്പെട്ട മഹാമാരിയുടെ കാലത്തു, പഴയ പരിചയക്കാരോട് കുശലം പറഞ്ഞും, അവരുടെ ചിത്രങ്ങൾ കണ്ടും ഇരിക്കുമ്പോഴാണ് മെസ്സഞ്ചറിൽ തള്ളിക്കയറിക്കിടന്ന സന്ദേശങ്ങളുടെ പട്ടികയിൽ ഒടുവിലത്തെ നാമധേയം ഞാൻ ശ്രദ്ധിച്ചത്.

'അശ്വത്ഥാമാവ്'' - ഫേക്ക് പ്രൊഫൈൽ ആണ്. ശരിക്കുള്ള പേര് മറ്റേന്തോ ആണ്. മുൻപ് പറഞ്ഞിട്ടുള്ളതും ആണ്. ഞാൻ അതോർക്കുന്നില്ല

അശ്വത്ഥാമാവ്! അഥവാ ദ്രൗണി, ഉത്തരയുടെ ഗർഭത്തിന് നേർക്ക് ബ്രഹ്മാസ്ത്രം പ്രയോഗിച്ചതിനു കൃഷ്ണനാൽ ശപിക്കപ്പെട്ട്, ചിരഞ്ജീവിയായി പഴുത്ത് പൊട്ടിയ വ്രണങ്ങളുമായി കാലാകാലങ്ങളോളം നരകിക്കുന്നവൻ. അശ്വത്ഥാമാവ് !

ആ പേര് അവൻ തന്റെ വ്യാജ വിലാസത്തിനു സ്വീകരിച്ചത് വെറുതേ ആയിരുന്നില്ല. ദൈവങ്ങൾ ഉണ്ടോ ഇല്ലയോ, അശ്വത്ഥാമാവ് ഇന്നും നമുക്കിടയിൽ ജീവിക്കുന്നു. ഹോസ്പിറ്റലുകളിലും റോഡരികിലും ഒക്കെ നമുക്ക് അയാളെ കാണാം. അശ്വത്ഥാമാവ് ഒരു സത്യമാണ് !

നമുക്കിടയിൽ ജീവിക്കുന്ന, നമ്മൾ അംഗീകരിക്കേണ്ട ഒരു സത്യം !

ഞാനൊരു സ്ഥിരം ഫേസ്ബുക് നിവാസിയാണെന്നു കരുതിയാകും, അവൻ എനിക്ക് ഒരു പാട് മെസ്സേജുകൾ അയച്ചിരുന്നു. കൃത്യമായി പറഞ്ഞാൽ ഇരുപത്തി എട്ടു മെസ്സേജുകൾ. വല്ല ഒഴിവു ദിവസങ്ങളിൽ മാത്രം ഫേസ്ബുക് ഉപയോഗിക്കുന്ന എന്റെ മെസ്സഞ്ചറിൽ സ്ഥിരമായി നൂറിന് മുകളിൽ മെസ്സേജുകൾ കാണാറുണ്ട്. കാര്യമായ ഒന്നും തന്നെ അതിൽ കാണാറില്ല.

പെട്ടെന്ന് ഓർമ്മ വന്ന ആരെങ്കിലും ഒന്ന് കൈവീശി 'ഹി' അയക്കുകയോ... പുതിയ സിനിമയുടെ ട്രെയ്‌ലർ അയച്ചതോ... സൗഹൃദങ്ങളുടെ വാർഷിക കണക്കുകളോ... എന്തെകിലും ഗേമിന്റെ ഇൻവിറ്റേഷൻ അയച്ചതോ ഒക്കെ ആവും. എപ്പോഴെങ്കിലും ഇത് പോലെ സമയം കിട്ടുമ്പോൾ കേറി അതിനൊക്കെ നന്ദികളോ, ചിരിക്കുകയോ, കരയുക്കുകയോ, ചിന്തിക്കുകയോ ചെയ്യുന്ന ഇമോജികളോ അയക്കുകയും ചെയ്യും. വെല്യ കഥയൊന്നും ഇല്ല... ഒരു ഔപചാരികത. അത്രതന്നെ !അവനവനോട് പോലും ആത്മാർഥത കാട്ടാത്ത ജീവിയായി മനുഷ്യന് പരിണാമം സംഭവിച്ചിരിക്കുന്നു.

ഞാൻ 'അശ്വഥാമാവിന്റെ' ഞാൻ സന്ദേശപ്പെട്ടികയുടെ ഏറ്റവും ഒടുവിൽ നിന്നും മുകളിലേക്ക് വായന തുടങ്ങി, പഴയതിൽ നിന്നും പുതിയതിലേക്കു. അവനൊരു ഡിങ്കോയിസ്റ്റാണെന്നു എനിക്കറിയാമായിരുന്നു. ഏതാണ്ട് ഒരു ദശാബ്ദം മുൻപ് കേരളത്തിലെ യുക്തിവാദികൾ ചേർന്ന് നിലവിലെ മതവ്യവസ്ഥകളെയും ആചാരങ്ങളെയും കളിയാക്കി കൊണ്ട് പഴയ ബാലമാസികയിൽ വരുന്ന ഡിങ്കൻ എന്ന കഥാപാത്രത്തിനു ദൈവീക പരിവേഷം കൊടുത്തുകൊണ്ടുള്ള ഒരു സാമൂഹിക ചലനമായിരുന്നു ഡിങ്കോയിസം.അത് വളരെയധികം ആളുകൾ ഏറ്റെടുക്കുകയും, അതിന്റെ പേരിൽ വിവാദങ്ങൾ സംഭവിക്കുകയും ചെയ്തിട്ടുണ്ട്

ഡിങ്കോയിസത്തെ പ്രകീർത്തിക്കുന്ന പിക്ച്ചർ മെസ്സേജുകൾ അവനു എനിക്ക് അയച്ചിരുന്നു...

'ട്രാഫിക്ക് ബ്ലോക്കിൽ ഹോൺ മുഴക്കുന്നവന്റെ പിതാവ് മറ്റുള്ളവരാൽ സ്മരിക്കപ്പെടും !' - ഡിങ്കൻ വചനം

'ഡിങ്കൻ - ശക്തരിൽ ശക്തൻ !! എതിരാളിക്കൊരു പോരാളി !'

'മനുഷ്യരാശിക്ക് വേണ്ടി - ജട്ടിയ ത്രിതീയ'

തുടങ്ങി നിരവധി ചിത്രങ്ങൾ അവൻ എനിക്ക് അയച്ചിട്ടുണ്ട്... പലതിലും മഞ്ഞ നിറത്തിൽ കുപ്പായവും നടുക്ക് നക്ഷത്രവും പിന്നിൽ

ളുങ്ങുന്ന ചുവന്ന തുണിയും ഉള്ള ഡിങ്കന്റെ ചിത്രങ്ങളാണ്.

ആദ്യമായി ഞാൻ ശ്രദ്ധിക്കുന്നത് അവൻ എനിക്ക് കുറെ നാൾ മുൻപ് അയച്ചു തന്ന ഒരു വീഡിയോ ആണ്. കുറെ ആളുകൾ ചേർന്ന് ഒരു വലിയ ചക്കപ്പഴം വെട്ടിപ്പൊളിക്കുന്നു. എന്തിനാണ് ഇങ്ങനെ ഒക്കെ ചെയ്യുന്നത് എന്ന് ചോദിച്ചാൽ അവർക്കു തക്ക മറുപടിയുണ്ട്.

'നിങ്ങൾ ക്ഷേത്രങ്ങളിൽ നാളികേരം ഉടയ്ക്കുന്നു, പള്ളികളിൽ മെഴുകുതിരി തെളിയിക്കുന്നു... എന്തിനാണെന്ന് ചോദിച്ചാൽ എന്തെങ്കിലും അർത്ഥമുണ്ടോ? അതുപോലെ ഞങ്ങൾ ചക്കപ്പഴം വെട്ടിപ്പൊളിക്കുന്നു.നിങ്ങൾക്കെന്താണ് ??'

ആലോചിച്ചു നോക്കിയാൽ സംഭവം സത്യമാണ്... എല്ലാ ആചാരങ്ങളും മനുഷ്യ നിർമ്മിതമാണ്. പിന്നീട് അതിലേക്കു അർഥങ്ങൾ കൂട്ടി ചേർത്തതാണ്. അങ്ങനെ ആലോചിച്ചാൽ. ചക്ക വെട്ടിപ്പൊളിക്കൽ ഒരു ആചാരമായി മാത്രം കണ്ടാൽ മതി. വേണമെങ്കിൽ പിന്നീട് അർഥങ്ങൾ കൂട്ടി ചേർക്കുകയും ചെയ്യാം. മുള്ളുള്ള ചക്ക മനുഷ്യന്റെ ഈഗോ ആണെന്നോ ദുഷ്ട വിചാരങ്ങൾ ആണെന്നോ... അത് വെട്ടിപ്പൊളിക്കുക വഴി ദുഷ്ടതയുടെ മുള്ളു നിറഞ്ഞ പുറംതോട് പൊളിച്ചു നന്മയാകുന്ന ഫലം കഴിക്കുകയാണെന്നോ മറ്റോ പറയാം.

പിന്നീട് തമ്മിൽ ഫേസ്ബുക്കിൽ ഓൺലൈൻ കാണുമ്പോൾ ചാറ്റ് ചെയ്യാറുണ്ട്. എന്നോട് വെല്യ ബഹുമാനവും സ്നേഹവും ആണ്. പലപ്പോഴും സാമൂഹ്യ മാധ്യമങ്ങളിൽ അപമാനിക്കപ്പെടുന്നതിനെക്കുറിച്ചു അവൻ പറയാറുണ്ടായിരുന്നു.

'അവർക്കു അവരുടെ ദൈവങ്ങൾ വലുതാണെന്നപോലെ, എനിക്കു എന്റെ ദൈവവും വലുതാണ്. ഡിങ്കനെയായാലും ക്രിസ്തുവിനെ ആയാലും ശിവനെ ആയാലും നബിയെ ആയാലും വേദനകൾ പറയാൻ ഒരാളുണ്ടെന്ന ചിന്ത മാത്രമല്ലേ അത്... അതിനപ്പുറത്തേക്ക് ദൈവങ്ങളെ കൊണ്ടുപോകുമ്പോഴല്ലേ കലാപങ്ങൾ ഉണ്ടാകുന്നത്'' - അവൻ മെസ്സേജിൽ പറഞ്ഞു

'നീ ഇതിലൊന്നും ഇത്ര സീരിയസ് ആവേണ്ട കാര്യമില്ല. ഇതിനെയൊക്കെ ഒരു സറ്റയർ സെൻസിൽ കണ്ടാ മതി'

'ഇത് തന്നെയാണ് ഞങ്ങളുടെ ആളുകളുടെയും കുഴപ്പം വളരെ അപൂർവ്വമായ ഒത്തുകൂടലുകൾ ഒഴിച്ചാൽ, ആരും ഇതിനൊന്നും വേണ്ട പരിഗണന കൊടുക്കുന്നില്ല. അതുകൊണ്ടു തന്നെ നിലവിലുള്ള ഡിങ്കൻ ചിന്തകളെക്കാൾ ശക്തമായ ഒന്നിന് രൂപം കൊടുക്കാൻ ഞാനും എന്റെ ചില സുഹൃത്തുക്കളും ചേർന്ന് പ്ലാനിടുന്നത്.'

'നീ എന്താണ് ഉദ്ദേശിക്കുന്നത് ??'

അവൻ എനിക്കൊരു ഫോട്ടോ അയച്ച തന്നു. അവനുമായിട്ട ഒരുപാട് സംസാരിച്ചിട്ടുണ്ടെങ്കിലും ഞാൻ അവനെ നേരിട്ടോ ഫോട്ടോയിലോ കണ്ടിട്ടുണ്ടായിരുന്നില്ല പ്രൊഫൈൽ പിച്ചറുകളിലോ പോസ്റ്റുകളിലോ അവന്റെ മുഖം ഉണ്ടായിരുന്നില്ല.

ഒരു ചെറുപ്പക്കാരൻ ഡിങ്കന്റെ പടവും പിടിച്ചുനിൽക്കുന്നതാണ് അവൻ എനിക്ക് അയച്ച തന്ന ഫോട്ടോ.

'ഇത് നീയാണോ ?' - ഞാൻ ചോദിച്ചു.

'അയ്യോ അല്ല, ഈ ഫോട്ടോ എടുത്തത് ഞാനാണ്. അത് പിടിച്ച നിൽക്കുന്ന പയ്യൻ ആണ് അത് ഡിസൈൻ ചെയ്തത്'-(അവൻ മറ്റെന്തോ ടൈപ്പ് ചെയ്യുന്നു)

ഞാൻ ആ ചിത്രത്തിൽ സൂക്ഷിച്ച നോക്കി - എന്താണ് ഇവൻ ഡിസൈൻ ചെയ്തത് ??. അതെ ! സൂക്ഷിച്ച നോക്കുമ്പോൾ കാണാം ആ എലിയുടെ മുഖത്തിന് ചെറിയ വ്യത്യാസമുണ്ട് ഒപ്പം സ്ഥിരം മഞ്ഞ മേൽ വസ്ത്രത്തിനു പകരം ഒരു നീല ഉടുപ്പാണ് ഇട്ടിരിക്കുന്നത്. പിന്നിലെ തുണിയുടെ നിറം പച്ചയാണ്.

അവന്റെ അടുത്ത മെസ്സേജ് വന്നു 'ക്രിസ്ത്യാനിറ്റിയിൽ തന്നെ പെന്തകൊസ്തും ഓപ്പസ് ഡിയും ഒക്കെ ഇല്ലേ.അത് പോലെ ഒരു തീവ്ര ഡിങ്കോയിസ്റ്റാവുകായാണ് ഞങ്ങളുടെ ലക്ഷ്യം. സാധാരണ ഡിങ്കോയിസ്റ്റുകളുടെ പ്രവർത്തനത്തിൽ ഞങ്ങൾക്ക് അത്ര തൃപ്തി പോരാ. ഏതു മതത്തിനും ഒരു തീവ്രവിഭാഗം കാണില്ലേ. അതാണ് ഞങ്ങൾ.'

ഇവൻ പറയുന്നത് പ്രാന്താണോ... അതോ വെളിവോടെയാണോ? എന്ന് ആലോചിച്ച ഞാനിരുന്നു.

അപ്പോൾ അടുത്ത മെസ്സേജ് വന്നു.

'ഡിങ്കന് ഒരു ക്ഷേത്രം പണിയുന്നതാണ് ഞങ്ങളുടെ അടുത്ത ലക്ഷ്യം'

'നീ പിച്ചും പേയും പറയുകയാണോ ?' - ഞാൻ തിരിച്ച അയച്ചു.

'ഒരിക്കലും ഇല്ല... നല്ല സ്വബോധത്തോടു കൂടെയാണ് ഞാൻ സംസാരിക്കുന്നത്. നടന്മാർക്കും നടിമാർക്കും വരെ അമ്പലം പണിത നാടാണ് നമ്മുടേത്. എന്ന് മാത്രമല്ല, വിഗ്രഹാരാധന പാടില്ല എന്ന് പറഞ്ഞ ഗുരുദേവന്മാരെ തന്നെ നമ്മൾ പിടിച്ച വിഗ്രഹമാക്കിയില്ലേ ! ഞങ്ങളുടെ മതത്തിനു ഒരു സ്വത്വം ഇല്ലാതെ പോകുന്നത്, ഒരു ആരാധനാലയം ഇല്ലാത്തതു കൊണ്ടാണെന്ന് ഞാൻ വിശ്വസിക്കുന്നു. മറ്റെല്ലാ പ്രമാണങ്ങളും ഞങ്ങൾക്കുണ്ട്. ഒരു ഡിങ്കൻ തീർത്ഥാടന

കേന്ദ്രം നിർമ്മിക്കുകയാണ് ഞങ്ങളുടെ ലക്ഷ്യം. അതിനായി കോഴിക്കോട് നിന്നുള്ള ഒരു സ്വർണ്ണ വ്യവസായി പണവും സ്ഥലവും തന്നു സഹായിക്കാം എന്ന് പറഞ്ഞിട്ടുണ്ട്. അദ്ദേഹവും ഒരു ആക്റ്റീവ് ഡിങ്കോയിസ്റ്റാണ്... കൂടുതൽ വിവരങ്ങൾ ഞാൻ വരും ദിവസങ്ങളിൽ അറിയിക്കാം. നിങ്ങളുടെ സഹായ സഹകരണങ്ങളും പ്രതീക്ഷിക്കുന്നു.'

അന്ന് ഞാൻ ഒരു 'തംസ് അപ്പ്' കൊടുത്തു സംസാരം അവസാനിപ്പിച്ചതാണ്. പിന്നീട് അവന്റെ മെസ്സേജുകളൊന്നും ഞാൻ കണ്ടിരുന്നില്ല. സത്യത്തിൽ അതിനുശേഷം മെസ്സഞ്ചറിലെ സന്ദേശങ്ങൾ ഞാൻ തുറക്കുന്നത് ഇന്നാണ്.

അവന്റെ അടുത്ത മെസ്സേജ് ഏകദേശം രണ്ടു മാസങ്ങൾക്കു മുന്പുള്ളതാണ് ഒരു പിക്ച്ചർ മെസ്സേജ്. മുള്ളു വേലി കെട്ടിയ, റോഡിനഭിമുഖമായ ഒരു വെളിമ്പ്രദേശം അതിന്റെ മുന്നിലായുള്ള ഒരു ബോർഡിൽ നേരത്തെ കാണിച്ച ഡിങ്കന്റെ പടവും അതിനു താഴെ.

'SITE FOR DINKAN TEMPLE - ശക്തരിൽ ശക്തൻ'

എന്ന് എഴുതിവെച്ചിരുന്നു. അതിനു അവന്റെ വക ഒരു കമന്റും

'ഞങ്ങൾ വരുന്നു... മലയാളത്തിന്റെ വിശ്വാസം പിടിച്ചെടുക്കാൻ'

ഇതൊക്കെ ബാക്കി ഡിങ്കോയിസ്റ്റുകൾ അറിഞ്ഞുകൊണ്ട് തന്നെ നടക്കുന്നതാണോ എന്ന് ഞാൻ അത്ഭുതപ്പെട്ടു. അവർ ഇങ്ങനെ ഒന്ന് സമ്മതിക്കുമോ ?

ഞാൻ അടുത്ത മെസ്സേജ് തുറന്നു. അത് ഇവന്റെ ഒരു ഫേസ്ബുക് പോസ്റ്റിനു വന്നിരിക്കുന്ന ഒരു കമന്റിന്റെ സ്ക്രീൻഷോട്ടാണ്. എനിക്ക് നേരത്തെ അയച്ച പടം അവൻ ഫേസ്ബുക്കിൽ പോസ്റ്റ് ചെയ്തിരുന്നു. അതിന്റെ താഴെ വന്ന ചില കമെന്റുകൾ...

- എടാ മൈത്താണ്ടി, വല്ലാണ്ട് ചൊറിയുന്നെങ്കിൽ വല്ല മുള്ളുമുരുക്കിലും വലിഞ്ഞു കേറ്... നാട്ടുകാർക്ക് പണിയുണ്ടാക്കാനായിട്ട് !

- ആരും ഇല്ലേ ഇവനൊക്കെ രണ്ടെണ്ണം കൊടുക്കാൻ'

- പൊളി സഹോ, എന്റെ ഫുൾ സപ്പോർട് !

- സപ്പോർട്ടും കൊണ്ട് വാ മലരേ... നാളെ ആ ബോർഡ് അവിടെ കാണൂല !

അതിനു താഴെയും ഏതാണ്ട് അമ്പതോളം മെസ്സേജുകൾ വന്നിട്ടുണ്ട്. കാവിയും പച്ചയും നിറത്തിലുള്ള പ്രൊഫൈലുകൾ. പുതിയൊരു ദൈവത്തിനെ തോൽപ്പിക്കാനാണെങ്കിലും ബാക്കി ദൈവങ്ങൾ ഒന്നാവുന്നതു കണ്ടപ്പോൾ എനിക്ക് സന്തോഷം തോന്നി.

ഞാൻ അടുത്ത മെസ്സേജ് വായിച്ചു, അതിൽ അവൻ എഴുതിയിരിക്കുന്നു

'അവന്മാര് പറഞ്ഞത് പോലെ തന്നെ ചെയ്തു ബ്രോ... ഞങ്ങളുടെ ഗേറ്റും ബോർഡും അവർ തല്ലി പൊളിച്ചു. നിലത്താകെ വിസ്സർജ്ജ്ജിച്ച വെച്ചിരിക്കുന്നു... ഇതിനൊരു മറുപടി കൊടുക്കണം. എന്തെങ്കിലും ആശയം ???'

ഞാൻ ആ മെസ്സേജ് കണ്ടിട്ടില്ലെന്ന മനസ്സിലാക്കി,രണ്ടു ദിവസം കഴിഞ്ഞപ്പോൾ വേറൊരെണ്ണം വന്നു.

'ഒരു ഐഡിയ കിട്ടി... നാളെ അതിന്റെ പടം അയക്കാം കേട്ടോ'

ഞാൻ അങ്ങോട്ട് ഒന്നും അയക്കുന്നില്ലെങ്കിലും. എന്നെകിലും കാണുമെന്ന പ്രതീക്ഷയിൽ അയച്ച മെസ്സേജുകളാണ്. എന്റെ ജോലിത്തിരക്കിനിടയിൽ, ഫേസ്ബുക് ഏറ്റവും ഒടുവിലത്തെ ബുക്കായിരുന്നു.

പറഞ്ഞത് പോലെ തന്നെ അടുത്ത ദിവസം രാത്രിയിലാണ് മെസേജ് വന്നത്. അതും ഒരു പിച്ചർ മെസേജ് ആയിരുന്നു. ആ പറമ്പിനു മുന്നിലെ ഗേറ്റ് മാറ്റിയിരിക്കുന്നു. കുറച്ചു കൂടെ ബലമുള്ള ഒരെണ്ണം ഇട്ടിട്ടുണ്ട്. അതിലെ ഒരു വൃക്ഷത്തിന്റെ രണ്ടു വലിയ ശാഖകളിലായി, ഒരു വെല്യ ബാനർ തൂങ്ങി നിന്നു.

'ഏക ദൈവത്തിൽ വിശ്വസിക്കുക' താഴെ ഡിങ്കന്റെ നീല ഉടുപ്പിട്ട ചിത്രവും ഉണ്ട്.

അതിനും താഴെയായി അത്യാവശ്യം കാണാവുന്ന വലിപ്പത്തിൽ ഒരു കാമറയുടെ ചിത്രവും ചുവടെ ഒരു വരിയും –

'ഇവിടം നിരീക്ഷണത്തിലാണ്, കടന്നു കയറുന്നവരെ, കണ്ടു പിടിച്ചു തല്ലും !'

'ഇതെങ്ങനെയുണ്ട് ബ്രോ ? എന്നൊരു അടിക്കുറുപ്പും'

ഞാൻ അതിനൊരു ചിന്തിക്കുന്ന മുഖത്തിന്റെ ഇമോജി ഇട്ടു കൊടുത്തു. പിന്നീടാണ് അതിന്റെ അബദ്ധം മനസ്സിലാക്കിയത്. ആ മെസ്സേജ് വന്നിട്ട് രണ്ടു മാസമെങ്കിലും ആയിക്കാണും, ഇനിയും ഒരുപാട് മെസ്സേജുകൾ വായിക്കാനുണ്ട്. ഞാൻ അടുത്ത മെസ്സേജ് ഡേറ്റ് നോക്കി വായിച്ചു. അതിൽ ഒരു ഫോട്ടോയും കൂടെ കുറെ വാചകങ്ങളും ഉണ്ടായിരുന്നു. ഫോട്ടോയിൽ, മരങ്ങളൊക്കെ തീവെച്ചു നശിപ്പിച്ചിരുന്നു. ബാനർ വലിച്ചു കീറി നിലത്തിട്ടിരിക്കുന്നു ചെറിയ ചെടികളെല്ലാം വെട്ടി വാരി ഇട്ടിരിക്കുന്നു, അങ്ങിങ്ങു വിസർജിച്ചു വെച്ചിട്ടും ഉണ്ട്. ഞാൻ അതിന്റെ താഴത്തെ കുറിപ്പ് വായിച്ചു.

'ഇവന്മാർക്ക് എന്താണ് ബ്രോ... വട്ടാണോ ??? ഞങ്ങൾ ചെറുതായിട്ട് ഒന്ന് ചൊറിഞ്ഞു എന്നത് ശരിയാണ്... എന്ന് വെച്ച് ഇങ്ങനെയൊക്കെ കാണിക്കാമോ !. ഒരൽപം മാറിയാണ് CCTV കാമറ വെച്ചിരുന്നത്. അത് അവന്മാരുടെ കയ്യിൽ കിട്ടിയില്ല. ഫൂട്ടേജൊക്കെ ജോറായിട്ടു കിട്ടിയിട്ടുണ്ട്. പക്ഷേ ആ പേടിച്ച ത്തുറികൾ തീവ്രവാദികളെ പോലെ മുഖം മൂടിയാണ് വന്നിരിക്കുന്നത്.ബ്രോക്ക് വല്ലതും പിടികിട്ടുമോന്നു നോക്ക്. സൈസ്സ് കൂടുതലായതു കൊണ്ട് അടുത്ത മെസ്സേജിൽ അയക്കുന്നു. നിങ്ങൾ നല്ല തിരക്കിലാണെന്നു വിശ്വസിക്കുന്നു. ഫ്രീ ആകുമ്പോ എല്ലാം നോക്കുമെന്നും മറുപടി അയക്കുമെന്നും...

ഞാൻ ആ മെസ്സേജിൽ 'പേടിച്ച ത്തുറികൾ' എന്ന് എഴുതിയത് വായിച്ചു ചിരിച്ചു പോയി. ഫേക്ക് പ്രൊഫൈലുകാരനാണ് പറയുന്നത്...

ഞാൻ അടുത്ത മെസേജ് വായിച്ചു, അതിൽ ഒന്ന് രണ്ടു വലിപ്പം കുറഞ്ഞ വീഡിയോകൾ അറ്റാച് ചെയ്തിരുന്നു. ഞാൻ അത് തുറന്നു നോക്കി. രാത്രി ആയതു കൊണ്ട് കറുപ്പും വെള്ളയും ആയിട്ടാണ് കാണുന്നത്.

ഒരു അഞ്ചോ ആറോ പേര് കാണും. അവർ ഒരു തുണി കൊണ്ട് മുഖം മറച്ചിരുന്നു. ആ തുണിയിൽ എന്തോ എഴുതിയിരുന്നു എല്ലാം ഒരേ രീതിയിൽ ഉള്ള തുണികളാണ്. എന്താണ് എഴുതിയിരിക്കുന്നത്?... ഇല്ല വ്യക്തമാകുന്നില്ല.

അവർ ആകെ ഉന്മത്തന്മാരെ പോലെ ആണ് പെരുമാറുന്നത് അവർ കയ്യിലെ വടിവാള് കൊണ്ട് ചെറിയ ചെടികളെയൊക്കെ വെട്ടി വീഴ്ത്തി. ചിലതിലൊക്കെ എന്തോ ഒഴിച്ച് തീയിട്ടു. അതിപ്രകാശം കാരണം കാഴ്ചകൾ മങ്ങി.

രണ്ടാമത്തെ വീഡിയോയിലും ഏതാണ്ട് അതേപോലുള്ള കാഴ്ചകളെ തന്നെയായിരുന്നു. അവർ അങ്ങിങ്ങായി വിസർജിച്ചു വെയ്ക്കുന്നു.എല്ലാം കഴിഞ്ഞു ഗേറ്റ് എടുത്തുചാടി പോകുന്നു.

ഞാൻ എല്ലാം കണ്ടു കഴിഞ്ഞു ആലോചിച്ചു. സത്യം പറഞ്ഞാൽ എല്ലാത്തിനും ഭ്രാന്താണ്... വേണ്ടാത്ത ഒരു പ്രശ്നം ആളിക്കത്തുന്നു എന്ന് തോന്നി. അതിനു ശേഷം എന്ത് സംഭവിച്ചു കാണും എന്നറിയാൻ എനിക്ക് ആകാംഷയായി. അവർ മനപൂർവ്വം തന്നെയാണ് ക്യാമറ തേടിപ്പിടിച്ചു നശിപ്പിക്കാത്തതു എന്നെനിക്കു തോന്നി. ഇത് കാണിക്കുകയാണ് ലക്ഷ്യം. ഞാൻ അടുത്ത കുറിപ്പ് തുറന്നു

അത് ഏകദേശം ഒരാഴ്ച കഴിഞ്ഞു വന്നതാണ്...

'കഴിഞ്ഞ ഒരാഴ്ച ഞങ്ങൾ ഇതിന്റെ പിന്നാലെ ആയിരുന്നു. പോലീസ് സ്റ്റേഷനുകളിൽ മാറി മാറി കയറി. ആരും സഹായിക്കുന്നില്ല. തെളിവുകളില്ല, ഒന്നും വ്യക്തമല്ല എന്നൊക്കെ പറഞ്ഞു ഒഴിയുകയാണ്. എന്ന് മാത്രമല്ല. വല്ലാതെ അധിക്ഷേപിച്ച് സംസാരിക്കുന്നതും ഉണ്ട്. എന്നെ കണ്ടപ്പോൾ തന്നെ വളരെ മോശമായാണ് സംസാരിച്ചത്. ഡിങ്കൻ എന്ന് കേട്ടപ്പോൾ എല്ലാരും കൂടെ കൂട്ടച്ചിരി ആയിരുന്നു. ഞാൻ ആ സ്ഥാനത്തു പരമശിവനെന്നോ, ഗണപതിയെന്നോ, യേശുവെന്നോ, നബിയെന്നോ പറഞ്ഞിരുന്നെങ്കിൽ ആ നാറികൾ ചിരിക്കില്ലായിരുന്നു. ഇതവർക്കൊരു തമാശ പോലെ ആയെന്നു തോന്നുന്നു. ഇനി അവരെ നോക്കിയിരുന്നിട്ടു കാര്യമൊന്നും ഇല്ല. ഒരു കൈ വിട്ട കളിക്ക് മുതിരുകയാണ്. എല്ലാം ഒന്ന് തന്നെയാണ് എന്ന് തെളിയിക്കണം. എനിക്കിപ്പോ അതൊരു വാശിയാണ്. ഞങ്ങൾ ആൾ ദൈവങ്ങളെയൊന്നും പൊക്കി കൊണ്ട് നടക്കുന്നില്ലല്ലോ ? അതിലും മ്ലേച്ഛമായതു പോലെയാണ് ഇവരുടെ പെരുമാറ്റം. ഞാൻ വീണ്ടും പറയുന്നു... കരിങ്കലിന്റെ മുന്നിലിരുന്നു വിളിച്ചാലും മരക്കുരിശിന്റെ മുന്നിൽ മുട്ടുകുത്തി വിളിച്ചാലും പുസ്തകത്തിന്റെ മുന്നിലിരുന്നു വിളിച്ചാലും കേൾക്കുന്നത് ഒരാൾ തന്നെയാണ് എന്നല്ലേ... അങ്ങനെയാണെങ്കിൽ ഞാൻ ഈ ചെയ്യാൻ പോകുന്നതും ശരിയാണ്. അതിൽ ഒരു സംശയവയും ഇല്ല. ആ ശരിയുടെ പേരിൽ അവരെന്നെ ക്രൂശിലെറ്റിയാലും, കല്ലെറിഞ്ഞാലും, കാളകൂടവിഷം കുടിപ്പിച്ചാലും എനിക്ക് കുഴപ്പമില്ല'

ഞാൻ അടുത്ത മെസ്സേജ് എടുത്തു. അതിൽ ഒരു മൊബൈൽ നമ്പർ കൊടുത്തിരുന്നു...

'കാണുമ്പോൾ ഒന്ന് വിളിക്കാമോ?'

അടുത്ത മെസ്സേജ് –

'തീരുമാനമെടുക്കാൻ കഴിയുന്നില്ല കഴിയുമെങ്കിൽ ഒന്ന് വിളിക്കു'

അതിനടുത്തത് – 'മുന്നോട്ടു പോവുക തന്നെ... എന്തും വരട്ടെ...'

അടുത്ത മെസ്സേജ് വായിക്കുന്നതിനു മുൻപ് ഒരു സുഖാന്വേഷി ചാറ്റിനു വന്നു...

'എവിടാണ് ??? കണ്ടിട്ടു കുറെ ആയാലോ... !'

'കുറച്ച് തിരക്കിലായിരുന്നു' ഞാൻ ഒഴിവാക്കാൻ വേണ്ടി പറഞ്ഞു.

'ഇപ്പൊ എന്താണ് തിരക്ക് ? ലോകം മുഴുവനും ഒരു ആലസ്യത്തിലല്ലേ... ആകെ ഒരു ഉറക്കച്ചടവിലല്ലേ, ഇപ്പൊ എന്താ തിരക്ക്!'

ഓഹ്! സാഹിത്യവും കൊണ്ടുവന്നിരിക്കുകയാണ് നാശം പിടിക്കാൻ !

നിവർത്തി ഇല്ലാതെ ഞാൻ മെസ്സഞ്ചർ ഓഫ് ലൈനാക്കി വെച്ച് അവന്റെ അടുത്ത സന്ദേശം തുറന്നു. അതൊരു പിച്ചർ മെസ്സേജ് ആയിരുന്നു.

അത് കണ്ടു ഞാൻ ഒരു നിമിഷത്തേക്ക് ഞെട്ടി ഇരുന്നു.

'എന്ത് പണിയാണ് ഈ കാണിച്ചത്...' ഞാൻ ആരോടെന്നില്ലാതെ പറഞ്ഞു.

ആ സ്ഥലത്തിന്റെ തന്നെ ഒരു ചിത്രം ആയിരുന്നു അത്. പഴയ ബാനർ കെട്ടിയിരുന്ന സ്ഥലത്തു പുതിയൊരെണ്ണം കെട്ടിയിരിക്കുന്നു. അതിൽ ഇടത്തു വശത്തു യേശുക്രിസ്തുവും, വലതു ഭാഗത്തു കൃഷ്ണനും നിൽക്കുന്നു. അവരുടെ രണ്ടുപേരുടെയും തോളിൽ കയ്യിട്ടു ഡിങ്കനും. അയാളുടെ കഴുത്തിൽ ഇട്ടിരിക്കുന്ന മാലയിൽ, വെല്യ അക്ഷരത്തിൽ '786' എന്ന് എഴുതിയിരിക്കുന്നു.

താഴെ വ്യക്തമായി കാണാവുന്ന വിധത്തിൽ ഇങ്ങനെ എഴുതിയിരിക്കുന്നു.

'നിനക്കൊക്കെയാണ് മതം... ഞങ്ങളൊക്കെ ഒന്നാടോ !!'

വേറൊരു സമയത്തോ സ്ഥലത്തോ ആണ് അങ്ങനെ ഒരു പടമോ എഴുത്തോ കണ്ടിരുന്നെങ്കിൽ. മതസൗഹാർദത്തിന്റെ ഷോ എന്ന് പറഞ്ഞു അത് ഒരു തമാശ എന്നോണം എടുത്തേനേ... ഈ ഒരു സമയത്തു, കലിപിടിച്ചിരിക്കുന്ന മൂർഖന്റെ പത്തിക്കു ചവിട്ടുന്ന പോലെയാണ് എനിക്ക് തോന്നിയത്. ഇനി എന്തൊക്കെ പുലിവാലാണോ !.

ഞാൻ അടുത്ത മെസ്സേജിനായി തിരഞ്ഞു.

നാലഞ്ചു വീഡിയോകാൾ വന്നിരുന്ന സന്ദേശം എന്ന് പറയാൻ ആകെ ഒരെണ്ണം മാത്രം ബാക്കി. അതൊരു വീഡിയോ മെസ്സേജ് ആയിരുന്നു. അതിലെ മുഖം കണ്ടു ഞാൻ സ്തബ്ധനായി.

അവൻ അല്ല... അവളും അല്ല !!

അശ്വഥാമാവിനെ പോലെ മറ്റൊരു സത്യം.

എന്നെ നോക്കി പറഞ്ഞു തുടങ്ങി... 'നേരിട്ട് കാണാം എന്ന് വിചാരിച്ചാണ് വിളിച്ചത് പക്ഷേ എടുക്കാതിരുന്നപ്പോൾ തോന്നി തിരക്ക് വിട്ടൊഴിഞ്ഞിട്ടുണ്ടാവില്ല എന്ന്. എന്നെ കണ്ടു ഞെട്ടിയോ?' ഒന്ന് കുണുങ്ങി ചിരിച്ചു.

'മാറി നടക്കുന്നവരെ കല്ലെറിയുകമാത്രമല്ല, ഇരുട്ടിൽ മറഞ്ഞു നിന്ന് കുത്തിക്കൊല്ലുകയും ചെയ്യും ഈ ലോകം എന്ന് അറിയാമോ? ഡിങ്കൻ ദൈവത്തിനെ പോലെ തന്നെയാണ് ഞാനും അല്ലേ...

മറ്റൊരു തമാശ. ആർക്കും അംഗീകരിക്കാൻ പറ്റില്ല'. കുറച്ച് നേരം തല കുനിച്ച് നിന്ന് ആലോചിച്ച. 'ആരുടേയും അംഗീകാരം വേണ്ട. സ്വയം ഒരു കോവിൽ കെട്ടി ഞങ്ങളെ പ്രതിഷ്ഠിക്കാൻ വേണ്ടി ശ്രമിച്ചതാണ്... ആരും വരണ്ട, ആരും തൊഴണ്ട, ആരും പ്രാർത്ഥിക്കണ്ട, ആരും ദക്ഷിണ തരികയും വേണ്ടാ. അങ്ങനെ ഒന്ന്, ഒരു സ്മാരകം പോലെ ഒന്ന്... ഒന്ന് ഉണ്ടായി എന്ന് പറഞ്ഞു ആർക്കെന്തു നഷ്ടപെടാനാണ്?. ഇപ്പൊ മസ്സിലായോ ? ദൈവം അല്ല... ദൈവങ്ങൾ തമ്മിൽ ഒരു കുഴപ്പവും ഇല്ല... അർദ്ധനാരീശ്വരനെ വണങ്ങും... ഞങ്ങളെ അറപ്പാണ്... ആരുടെ ക്ഷേത്രം എന്നതിനേക്കാൾ, ആര് കെട്ടുന്ന എന്നതായിരുന്ന അവരുടെ പ്രശ്നം. അതൊക്കെ ഏതാണ്ട് തീർന്ന കേട്ടോ... ഞങ്ങളുടെ ഒരു സ്പോൺസറെ കുറിച്ച് പറഞ്ഞിരുന്നില്ലേ. ആള് പിന്മാറി. അയാളെ വീട്ടിൽ കേറി ഭീഷണി പെടുത്തി. ഭാര്യയും കുട്ടികളുമായി കഴിയുന്ന അയാൾക്ക് എന്ത് ചെയ്യനാണ്. കഴിയുന്നത്ര കൂടെ നിന്ന് നോക്കി... എനിക്കുള്ള വിധി എന്താണോ എന്തോ... ? എന്തായാലും എനിക്കുള്ള ശിക്ഷ ഒപ്പിട്ടു കാണും... ഭാഗ്യമുണ്ടെങ്കിൽ ഇനിയും കാണാം. ജയ് ഡിങ്കൻ ദൈവം'

ഒന്ന് ചിരിച്ചിട്ട് വീഡിയോ അവസാനിച്ച.

ഞാൻ തരിച്ചിരുന്നു. എന്ത് ചെയ്യണം? അവർ എന്തെകിലും അപകടത്തിൽ പെടുത്തിക്കാണുമോ? കണ്ടില്ല എന്ന് വിചാരിച്ചിരുന്നാലോ ? അത് ശരിയാണോ... ഒരു ഔപചാരികതയ്ക്കു വേണ്ടി വിളിച്ചാലോ... വിളിക്കാം... അതാണ് നല്ലത്

ഞാൻ വേഗം ഫോൺ എടുത്തു... നേരത്തെ മെസ്സേജിൽ അയച്ച നമ്പറിൽ വിളിച്ചു...

'The number you are calling is temporarily disconnected...'

●

# വെയർ വുൾഫ്

അവസാനത്തെ പെഗ്ഗിന്റെ, അവസാനത്തെ തുള്ളിയും അയാൾ വലിച്ചെടുത്തു... താഴേക്ക് പതിക്കാൻ വിസമ്മതിച്ച്, ഗ്ലാസിന്റെ ഓരത്തു പറ്റിചേർന്ന് കിടന്ന ആ ഒരു തുള്ളി, ഗുരുത്വാകർഷണത്തിൽ പെട്ട്, വലിഞ്ഞുനീങ്ങി അയാളുടെ നാക്കിൽ വീണു പൊട്ടിച്ചിതറി.

രുചി മുകുളങ്ങൾക്കുമേൽ നാരങ്ങാ അച്ചാർ തോണ്ടി തേച്ച്, അനല്പമായ ബദ്ധപ്പാടോടെ അയാൾ എഴുന്നേറ്റുനിന്നു. അരയിൽ നിന്നും പിടിവിട്ടു തുടങ്ങിയ പാന്റ് വലിച്ചു കേറ്റി ഇട്ടു.

ഇരുണ്ട മുറിയിൽ നീലയും പച്ചയും എൽ. ഈ. ഡീ ബൾബുകൾ മിന്നിക്കളിച്ചു കൊണ്ടിരുന്ന ഒരു ചെറിയ ബാറിന്റെ ഹാൾ ആയിരുന്നു അത്. കള്ളു മണക്കുന്ന 'കുടിമുറിയിൽ' നിന്നും വേച്ചു വേച്ചു അയാൾ റസ്റ്റ് റൂമിലേക്ക് പോയി. വാഷ് ബേസിനുകളിൽ നിറഞ്ഞു കിടക്കുന്ന ഛർദി മാലിന്യം.

ഒഴിഞ്ഞ ഒരു ബേസിൻ തപ്പിപ്പിടിച്ചു വെള്ളം കോരി മുഖത്തൊഴിച്ചു... നല്ല തണുപ്പുള്ള വെള്ളം...

വീണ്ടും ഒഴിച്ചു...

പാന്റിന്റെ കീശയിൽ നിന്നും കർച്ചീഫ് എടുത്തു മുഖം തുടച്ചു, കണ്ണാടിയിൽ നോക്കിയപ്പോൾ ഞെട്ടിപ്പോയി !

നനുനനുത്ത തവിട്ടു രോമങ്ങൾ...

വലിയ ചെവി...

കൂർത്തു പൊങ്ങിയ മൂക്ക്...

പച്ച നിറത്തിൽ കൃഷ്ണമണി

അയാൾ ചുറ്റിനും നോക്കി, ആരെങ്കിലും ഉണ്ടോ??, ഇല്ല ആരുമില്ല... വീണ്ടും കർച്ചീഫ് കൊണ്ട് തുടച്ച് നോക്കി. ഇല്ല അത് തന്നെ.

ചെന്നായയുടെ മുഖം... !

സ്വന്തം മുഖം ഒരിക്കലും ഇഷ്ടപെടാതിരുന്ന അയാൾക്ക് ആ ചെന്നായയുടെ മുഖം നന്നേ ബോധിച്ചു !

പിന്നിൽ മുളച്ച് പൊന്തിയ കമ്പിളി വാല്, വിരലുകൾക്ക് പിന്നിൽ ഒളിച്ചിരിക്കുന്ന നഖങ്ങൾ !

-ആകെ ഒരു രസം തന്നെ!! അയാൾ വിചാരിച്ചു.

അയാൾ നാല് കാലിൽ നിന്നു. രണ്ടു കാലിൽ നിൽക്കുന്നതിനേക്കാൾ സുഖമുണ്ട്.

വാഷ്റൂമിൽ നിന്നും പുറത്തിറങ്ങി. ആരും അയാളെ ശ്രദ്ധിച്ചതേ ഇല്ല.

എല്ലാരും വിഷം വിഷമിച്ചു കുടിക്കയാണ്...

അയാൾ ബില്ലിലെ പയ്യൻ കാണാതെ പുറത്തു ഇറങ്ങാൻ നോക്കി. ഒരു കോട്ടും ടൈയ്യും ഇട്ട് പുറത്തിറങ്ങുന്നവരെ പിടിക്കാൻ തക്കം നോക്കി ഇരിക്കുകയാണവൻ.

സൂക്ഷം അവൻ പിടിച്ചു. 680/- രൂപയുടെ ബില്ല് കയ്യിൽ തന്നു.

അയാൾ ബില്ലിൽ നോക്കി - ശരിയാണ്... കുടിച്ചതാണ് !

പോക്കറ്റിൽ നിന്നും അഞ്ഞൂറിന്റെ ഒരു നോട്ടും നൂറിന്റെ രണ്ടു നോട്ടും അവനു കൊടുത്തു. അന്നത്തെ ദിവസത്തെ കൂലിയാണ്. പൈസ കൊടുത്തിട്ട്, അയാൾ അവന്റെ മുഖത്ത് നോക്കി നിലത്തു കുത്തിയിരുന്നു...

സാധാരണ നായ്ക്കൾ ഇരിക്കാറുള്ള ഒരിരിപ്പ് !

അവൻ പൈസവാങ്ങി കൗണ്ടറിലിട്ടു എന്നിട്ട് ദൂരേക്ക് നോക്കി ഇരുന്നു.

'ബാക്കി തരാൻ ഉദ്ദേശമില്ല !- സാരമില്ല !

അയാൾ പതിയെ, തലയും വാലും താഴ്ത്തി പുറത്തിറങ്ങി.പുതിയ 'മേക് ഓവർ' അയാൾക്ക് നന്നേ ഇഷ്ടപ്പെട്ടിരുന്നു.

റോഡിലേക്ക് ഇറങ്ങിയപ്പോൾ രാത്രിയായിരുന്നു.അഴുക്കു പിടിച്ച മട്ടിൽ ആകാശത്തു മേഘങ്ങൾ ചിതറി കിടന്നു. ബാറിനടുത്ത് ഷട്ടറിട്ടിരുന്ന ഒരു കടയുടെ വരാന്തയിൽ ഒരുത്തൻ കിടന്നു സുഖമായുറങ്ങുന്നു... അയാൾക്ക് ഒരു കുസൃതി തോന്നി.

അവന്റെ കാലിന്റെ അടുത്ത് ചെന്ന്, കാലു പൊക്കി അയാൾ വിസർജിച്ചു. ഉറങ്ങി കിടന്നവൻ ചാടി എഴുന്നേറ്റു, അയാളുടെ രൂപത്തേ കണ്ട് അവൻ ഞെട്ടി... അയാൾ കുരച്ചു കൊണ്ട് അവനെ കടിക്കാൻ ആഞ്ഞു അവൻ മുണ്ടു കളഞ്ഞിട്ടു എഴുന്നേറ്റു ജീവനും കൊണ്ട് ഓടി. അത് കണ്ട് അയാൾ നിലത്തു വീണ് ഉരുണ്ടു ചിരിച്ചു.

നാല് കാലിൽ അയാൾ ആ ടാറിട്ട നിരത്തിലേക്ക് ഇറങ്ങി. നിയോൺ വിളക്കിന്റെ ശോഭയിൽ അവിടമാകെ പ്രശോഭിതമായി രുന്നു. ബാറിൽ നിന്നും ഇറങ്ങി നടന്നു പോകുന്ന ഏതാനും ആളുകളേ ആ വഴിയിൽ ഉണ്ടായിരുന്നുള്ളൂ. അവർ അയാളുടെ പുതിയ രൂപത്തെ കണ്ടിട്ടും പ്രത്യേകിച്ചൊന്നും സംഭവിക്കാത്ത മട്ടിൽ ആടിയാടി നടന്നു

ഒരു ബൈക്ക്കാരൻ ആ റോഡിന്റെ നടുവിൽ നിൽക്കുന്ന അയാളെ കണ്ട് നിറുത്താതെ ഹോൺ മുഴക്കി... കലി കയറിയ അയാൾ അവന്റെ ബൈക്കിന്റെ പിന്നാലെ ഓരിയിട്ടുകൊണ്ട് ഓടി, വഴിയിൽ കണ്ട മയിൽകുറ്റികളിൽ എല്ലാം വീണ്ടും വീണ്ടും കാലു പൊക്കി വിസർജ്ജിച്ചു...

അപ്പോഴേക്കും ചെറുതായി മഴ തുടങ്ങി, ഇരുട്ടിനെ പിടിച് വലിച്ചു കാറ്റും വീശി.കമ്പിളി രോമങ്ങളിൽ മഴത്തുള്ളികൾ മുത്ത് പോലെ തുങ്ങിക്കിടന്നു, അയാൾക്ക് തണുപ്പ് തോന്നിയതേ ഇല്ല... അല്പം നേരം കഴിഞ്ഞപ്പോൾ മഴത്തുള്ളികളുടെ വലിപ്പം കൂടി വന്നു, മുത്ത് പോലെ വീണുകൊണ്ടിരുന്ന തുള്ളികൾ, പാറക്കല്ലുകൾ പോലെ ശരീരത്തു പതിക്കാൻ തുടങ്ങി ഒപ്പം കാറ്റിന്റെയും ശക്തി കൂടി. മഴത്തു ള്ളികൾ ദേഹത്ത് പതിച്ചു വേദനിച്ചപ്പോൾ അയാൾ ആകാശത്തു നോക്കി ഉറക്കെ ഓരിയിട്ടു. കുറച്ചു നേരം മഴയും കാറ്റുമായും തല്ലു കൂടി, അയാൾ തളർന്നിരുന്നു. ക്ഷീണം കൊണ്ട് റോഡിൽ തല വെച്ച് ഉറങ്ങി. പരുപരുത്ത ടാറിട്ട റോഡ് അയാൾക്ക് സുഖമുള്ള മെത്ത ഒരുക്കി കൊടുത്തു.

കണ്ണിനു നേരെ കൂർത്ത വെളിച്ചം കത്തിച്ചു പിടിച് ഒരു വാഹനം ഹോൺ മുഴക്കി എതിരെ വന്നപ്പോഴാണ് അയാൾ ഉണർന്നത്.ഒരു വലിയ ട്രക്ക് പാഞ്ഞു വരുന്നു. അയാൾ പിടഞ്ഞു റോഡിനു വശത്തേ ക്ക് മാറി. ഡ്രൈവർ ഉച്ചത്തിൽ തെറി പറഞ്ഞു കൊണ്ട് പോയി...

അയാൾ ട്രക്കിനെയും നോക്കി ഉച്ചത്തിൽ ഓരിയിട്ടു...

അയാൾ ടാറിട്ട റോഡിൽ നിന്നും ചെമ്മണ്ണ് നിറഞ്ഞ ഒരു ചെറിയ വഴിയിലേക്ക് കയറി. അതിന്റെ ഒരു വശം വലിയൊരു പറമ്പായി രുന്നു. മഴ പൂർണമായും ശമിച്ചിരുന്നു. ഇലകളിൽ താങ്ങി നിന്ന മഴത്തുള്ളികൾ, ഇളം കാറ്റിൽ പറന്ന് നിലത്തുവീണു.

ആകാശത്തു തെളിഞ്ഞ ചന്ദ്രക്കല ദൃശ്യമായി. പറമ്പിലെ പൊന്ത ക്കാടുകളിൽ നിന്നും രാപ്പാട്ടുയർന്നു, അയാൾ ചെവി വട്ടം പിടിച്ചു. നടത്തം നിറുത്തി, നിലത്തു കുത്തി ഇരുന്നു കഴുത്തു നീട്ടി അയാൾ ഓരിയിട്ടു. പൊന്തക്കാടുകളിലെ പാട്ടുകൾക്ക് എതിർ പാട്ടു പാടി. പാട്ടു കേട്ട് അത് വഴി വന്ന ചില നാടൻ പട്ടികൾ അയാളെ കണ്ടു തുറിച്ചു നോക്കി. പാട്ട് നിറുത്തി, അയാൾ ആ പട്ടികളെയും കടിക്കാൻ ഓടിച്ചു.

ഓടിയോടി അയാൾ മറ്റൊരു ചെറിയ റോഡിൽ ചെന്ന് കയറി. അവിടെ നിന്ന് നോക്കിയപ്പോൾ, ഒരു കൈത്തോടിന്റെ കലുങ്കി നോട് ചേർന്ന് ഒരു പെൺകുട്ടി ആരെയോ പ്രതീക്ഷിച്ചു നിൽക്കു ന്നു. അവളുടെ കണ്ണുകളിൽ പ്രതീക്ഷയും ഭയവും ഉണ്ട്. അവളുടെ അടുത്ത് തന്നെ ഒരു ചെറിയ സ്കൂട്ടറും ഉണ്ടായിരുന്നു. അയാൾ അവൾ കാണാതെ ചെടികളുടെ മറവു പറ്റി നടന്നു. തലയും വാലും താഴ്ത്തി, അയാൾ അവളെ തന്നെ സസൂക്ഷ്മം നോക്കി നിന്നു. അയാളുടെ ചെന്നായ് കണ്ണുകൾ തിളങ്ങി.

കുടയുണ്ടായിരുന്നെങ്കിലും ശക്തമായ മഴയിലും കാറ്റിലും അവൾ ആകെ നനഞ്ഞിരുന്നു.

അയാൾ പല്ലുറുമ്മി - രാത്രിയുടെ മറവിൽ അയാൾ പതിയെ തലയും വാലും താഴ്ത്തി അവസരത്തിനായി കാത്തു നിന്നു...

അവളുടെ വസ്ത്രങ്ങളൊക്കെ നനഞ്ഞു ഒട്ടിയിരുന്നു.

അത് കണ്ട് അയാളുടെ ചെന്നായ് പല്ലുകൾ തെളിഞ്ഞു... അയാളുടെ കാട്ടുമരങ്ങൾ ഉണർന്നു ചില്ല കുലുക്കി.

അയാളുടെ കൂർത്ത ചെന്നായ് നഖങ്ങൾ വിരലുകൾക്കിടയിൽ നിന്നും പുറത്തു വന്നു.

വല്ലാത്തൊരു വന്യതയോടെ അയാൾ ഒരു ശില്പത്തെ പോലെ ഒരു നിമിഷം ചലനമില്ലാതെ നിന്നു. ആ പെൺകുട്ടി ആരെയോ പ്ര തീക്ഷിച്ചു ദൂരേക്ക് നോക്കി നിന്നു. അടുത്ത നിമിഷം, അയാൾ ആ പെൺകുട്ടിക്കു മുകളിലേക്കു ചാടി വീണു. അയാളുടെ മൃഗീയ തൃഷ്ണകൾ, ആ പെൺകുട്ടിയുടെ ഇടതു കയ്യിലെ ചുരിദാറിന്റെ തുണിയും അല്പം മാംസവും കവർന്നു. അവൾ കൈ പൊത്തിപ്പിടിച്ചു തറയിൽ ഇരുന്നു നിലവിളിച്ചു. രക്തത്തിന്റെ ഗന്ധം അയാളെ മത്തു പിടിപ്പിച്ചു. നോട്ടം അവളിൽ തന്നെ തറപ്പിച്ചു, അയാൾ അവൾക്കു ചുറ്റിനും നടന്നു. അവൾ കയ്യിലിരുന്ന ബാഗ്, അയാൾക്ക് നേരെ നീട്ടി എറിഞ്ഞു. അത് അയാളെ തൊടാതെ പോയി. അയാൾ മുൻകാലുകൾ താഴ്ത്തി ഒന്ന് പതുങ്ങി.പിന്നോട്ടേക്കു ഒന്ന് ആഞ്ഞു, അവൾക്കു നേരെ കുതിച്ചു.

അവളുടെ രണ്ടു കൈത്തണ്ടകളിലും പിടിമുറുക്കി, അയാൾ ദംഷ്ട്രകൾ നീട്ടി അവളെ കടിക്കാൻ ഓങ്ങി.

പെട്ടെന്ന്, പിന്നിൽ നിന്നും ശക്തമായ വെളിച്ചം, ഒരാളുടെ ആക്രോശം... കഴുത്തിന് താഴെ ഒരു ചവിട്ടു.അയാൾ തെറിച്ചു വീണു. നോക്കുമ്പോൾ മധ്യവയസ്കനായ ഒരാളും ഒരു ചെറുപ്പക്കാരനും, ചെറുപ്പക്കാരൻ കാറിൽ നിന്നും ഒരു കമ്പി വലിച്ചെടുത്തു അയാളെ അടിച്ചു. ആക്രമണം എന്ന കാടിന്റെ പ്രതിരോധം അയാൾ അവർക്കു നേരെ പ്രയോഗിച്ചു. ചെറുപ്പക്കാരന്റെ കൈയ്യിൽ കടിച്ചു, മധ്യവയസ്കനെ മാന്തിക്കീറാൻ ശ്രമിച്ചു. പക്ഷേ, അവർക്കു മുന്നിൽ അയാൾക്ക് പിടിച്ചു നിൽക്കാനായില്ല. അവരുടെ അടിയേറ്റു അയാൾ തെറിച്ചു വീണു. തല പൊട്ടി ചോര ഒഴുകി.

അയാൾ റോഡിനു വശത്തെ പറമ്പിലെക്കു ചാടി ഓടി മറഞ്ഞു.

തളർന്നപ്പോൾ തെങ്ങിൻ തടങ്ങളിൽ നിന്നും അയാൾ മഴവെള്ളം കുടിച്ചു ദാഹം മാറ്റി. വീടുകൾക്ക് പിന്നാമ്പുറത്തു നിന്നും ഭക്ഷണാവശിഷ്ടങ്ങൾ കഴിച്ചു വിശപ്പ് മാറ്റി.

രാത്രിക്കു കൂടുതൽ ഘനം വെച്ചുകൊണ്ടിരുന്നു.

ഒരു നല്ല ഇര പോയതിന്റെ ദേഷ്യം തീർക്കാൻ അയാൾ കണ്ട മരങ്ങളൊക്കെ മാന്തിപൊളിച്ചു, വീടുകൾക്ക് പിന്നാമ്പുറങ്ങളിൽ പോയി ഓരിയിട്ടു അവരെ ഉണർത്തിയിട്ടു ഓടി ഒളിച്ചു. വീടുകളുടെ അയകളിൽ കിടന്ന തുണികൾ കടിച്ചു പറിച്ചു...

വീണ്ടും കുറെ ദൂരം കൂടെ ചെന്നപ്പോൾ അയാൾക്ക് ചിര പരിചിതമായ ഉമ്മറം കണ്ടു...

അയാൾ അവിടെ ചെന്ന് കേറി,

ഓരിയിട്ടു ബഹളം വെച്ചു. ചുറ്റിനും വീടുകളിൽ വിളക്ക് തെളിഞ്ഞു.

ശകാരങ്ങൾ... ഭീഷണികൾ... ശാപങ്ങൾ...

അയാൾ മുറ്റത്തു ചുരുണ്ടു കിടന്നു... വലിയ വാല് കൊണ്ട് പുതച്ചു.

വീടിന്റെ ചെറിയ വാതിൽ തുറന്നു... ഒരു പ്രായമുള്ള സ്ത്രീയും ഒരു യുവതിയും ഇറങ്ങി വന്നു

അലമുറകൾ, ശകാരങ്ങൾ, അയൽ വീടുകളിലെ വിളക്കുകൾ കണ്ണടച്ചു.

അയാൾക്ക് മനം പിരട്ടി വന്നു... നെഞ്ചിൽ നിന്നും പുകഞ്ഞു കയറിയ അഗ്നിപർവതം മുറ്റത്തു പൊട്ടിച്ചിതറി...

തുണി കീറി പഞ്ഞി പുറത്തു വന്ന, ഒരു അഴുക്കു പിടിച്ച ബൊമ്മയും കൊണ്ട് ഒരു കുട്ടി വാതിൽ പടിയിൽ നിന്ന് കരഞ്ഞു. അയാൾക്ക്

തന്റെ ഇരയെ ഓർമ്മ വന്നു. അയാൾ അതിനെ കുരച്ചു പേടിപ്പിച്ചു. നിലവിളിച്ചു കൊണ്ട് ആ കുട്ടി അകത്തേക്ക് ഓടിപ്പോയി.

അമ്പിളിക്കല കിഴക്കോട്ടു വെച്ച് പിടിച്ചു...

അയാൾ ഉണർന്നപ്പോൾ പ്രഭാതം കടന്നു പോയിക്കഴിഞ്ഞിരുന്നു. അയാൾ കയ്യിൽ നോക്കി, അഞ്ചു വിരലുകൾ ! മനുഷ്യ രൂപം തിരിച്ചു വന്നിരിക്കുന്നു.

പതിയെ കട്ടിലിൽ നിന്നും എഴുന്നേറ്റു... ശരീരം ആകെ വേദനിക്കുന്നു.

'പുറത്തു പോലീസ് നിക്കുന്നു' - രാത്രി കണ്ട യുവതി, അയാളുടെ ഭാര്യ, ഭയത്തോടെ പറഞ്ഞു...

പൊലീസോ ? അയാൾക്ക് ഒന്നും മനസ്സിലായില്ല. തലയിലെ മുറിവ് വേദനിക്കുന്നു, 'ഇതെങ്ങനെ പറ്റി ?' അയാൾ അത്ഭുതപ്പെട്ടു

അയാൾ എന്തോ ആലോചിച്ചിട്ട് ഷർട്ടെടുത്തിട്ട് പുറത്തേക്കു ഇറങ്ങി.

അടുക്കളയിൽ പൊട്ടിയ അരിക്കലം നിശ്വസിച്ചു...

നോക്കിയിരുന്നെങ്കിൽ, കട്ടിലിനു താഴെ ചെന്നായയുടെ കൊഴിഞ്ഞ രോമങ്ങൾ അയാൾക്ക് അപ്പോഴും കാണാമായിരുന്നു.

●

# സൂയിസൈഡ് സ്ക്വാഡ്
# (Suicide Squad)

അതെ, അവർ അങ്ങനെയാണ് സ്വയം വിശേഷിപ്പിച്ചത്. സംശയിക്കണ്ട, അവർക്ക് അമാൻഡാ വാളറുമായോ*, [1]ഡിസി കോമിക്സുമായോ, പൊതുവേ സിനിമയുമായി പോലും യാതൊരു ബന്ധവുമില്ല. പേരു മാത്രം അങ്ങനെ കൊടുത്തെന്നേയുള്ളൂ.

സത്യത്തിൽ ഞാൻ പോലും അതൊരു തമാശയെന്നേ കരുതിയിരുന്നുള്ളൂ... കഴിഞ്ഞ സെപ്റ്റംബർ പത്താം തീയതി വരെ... !

ആരുടെയോ ഭ്രാന്തൻ ചിന്തകളിലൂദിച്ച്, ഒരാളിൽ നിന്നും മറ്റൊരാളിലേക്ക് പകരുന്ന വൈറസ് പോലെ അത്. ആ ആശയം, അത് ദേശാന്തരങ്ങൾ കടന്നു സഞ്ചരിച്ചുകൊണ്ടിരുന്നു.

പ്രകാശം കണ്ടു തീനാളത്തിലേക്കു പറന്നടുക്കുന്ന പ്രാണികളെ പോലെ. ജനങ്ങൾ അത്തരമൊരു ആശയത്തിന്റെ, അതിന്റെ സാധ്യതയുടെ ആരാധകരായിക്കൊണ്ടിരുന്നു

അത് കാര്യമായി എടുക്കാത്തവർ,സുഹൃത്തുക്കളോട് ചിരിച്ചു പറഞ്ഞു, ഒരു തമാശ എന്നോണം!

അവർ മറ്റുള്ളവരോട്... മറ്റുള്ളവർ മറ്റുള്ളവരോട്...

ചിലർ ചിരിച്ചു, മറ്റു ചിലർ ചിരിച്ചില്ല, പകരം കൗതുകത്തോടെ, അതിലുപരി ഒരു കൊതിയോടെ കേട്ടിരുന്നു.

ക്ലബ്ബിൽ, ബാറിൽ, ഓഫീസിൽ, ബസ്റ്റാൻഡിൽ,ബാർബർഷോപ്പിൽ, ബ്യൂട്ടി സ്പായിൽ എന്ന് വേണ്ട ആളുകൾ കൂടുന്നിടത്ത് എല്ലാം

---

1 *അമാൻഡ വാളർ -'സൂയിസൈഡ് സ്ക്വാഡ്'' സിനിമയിലെ കഥാപാത്രം

ഇതൊരു ചർച്ചാ വിഷയമായി.

സൂയിസൈഡ് സ്ക്വാഡ്.!!

ജീവിതം മടുത്തവർ, ജീവിച്ച് മടുത്തവർ,രോഗംകൊണ്ട് വലഞ്ഞവർ, ആശയറ്റവർ, പ്രതീക്ഷയറ്റവർ, ലോകത്ത് ഇനി ഒന്നും ചെയ്യാൻ ബാക്കിയില്ലെന്ന് ചിന്തിച്ചവർ. കാമുകർ,വൃദ്ധർ തുടങ്ങി എല്ലാ ജീവിതസാഹചര്യത്തിൽപെട്ടവരും ഈ ആശയത്തിന്റെ ആരാധകരായത് വളരെ പെട്ടെന്നായിരുന്നു.

അധികാര കേന്ദ്രങ്ങളിലും, ഭരണ ഇടനാഴികളിലും ഈ ചർച്ച എത്തിപ്പെട്ടിരിക്കുന്നു. ആദ്യമൊന്നും അവരാരും ഇതിനെ കാര്യമായി എടുത്തിരുന്നില്ല, എങ്കിൽ പോലും ഈ ആശയത്തിന് കിട്ടുന്ന ജനസമ്മതി അവരെ ചൊടിപ്പിച്ചിരുന്നു.

ഫേസ്ബുക്ക്, ട്വിറ്റർ തുടങ്ങിയ സമൂഹ മാധ്യമങ്ങളിൽ ഇതിനെ പറ്റിയുള്ള ചർച്ചകൾ തലങ്ങുംവിലങ്ങും നടന്നപ്പോൾ ഭരണ സിരാകേന്ദ്രങ്ങളിൽ ഇരുന്നവർക്ക് ഇതിന്റെ ഗൗരവം മനസ്സിലായി തുടങ്ങി. ഒരു ബ്ലൂവെയിൽ ഗെയിമിനെ പോലെയോ മോമോ എന്ന മരണക്കളിയെയോക്കാൾ ഈ ആശയം അപകടകരമാംവിധം ജനങ്ങളിൽ എത്തിച്ചേരുന്നു എന്ന അറിവ് അവരെ ചൂടുപിടിപ്പിച്ചു, അതിലേറെ അതവരെ ഭയപ്പെടുത്തി.

സൈബർ സെല്ലിനോ അത്തരം സാങ്കേതിക ഘടകങ്ങൾക്കോ ഇവരെ പറ്റി കൂടുതൽ ഒന്നും കണ്ടുപിടിക്കാൻ കഴിയുന്നില്ല എന്നൊരു അവസ്ഥ വന്നപ്പോഴാണ് അവർ കുറെ സാധാരണക്കാരെ കണ്ടെത്തി ഇത്തരമൊരു ആശയത്തിന്റെ അപകടങ്ങൾ പറഞ്ഞു മനസ്സിലാക്കി ചാരൻമാരെ പോലെ ഈ കൂട്ടത്തിലേക്ക് അയക്കാൻ തീരുമാനിച്ചത്.

അതിലേക്ക് നുഴഞ്ഞുകയറുക,അതിന്റെ നേതൃത്വനിര ആരൊക്കെയാണ് എന്നറിയുക, അത് ഗവൺമെന്റിൽ റിപ്പോർട്ട് ചെയ്യുക- അത്ര തന്നെ ജോലി. നല്ല പാരിതോഷികങ്ങളും പ്രഖ്യാപിച്ചു. അങ്ങനെയാണ് ഞാൻ ഈ കഥയിലേക്ക് കടന്നു വരുന്നത്.

പണ്ട് ആയിരത്തി തൊള്ളായിരത്തി മുപ്പത്തിമൂന്നിൽ, ഹംഗറിയിൽ നിന്നുള്ള 'ഗ്ലൂമി സൺഡേ' എന്ന വിശ്വവിഖ്യാതമായ ഗാനത്തെക്കുറിച്ച് ഞാനോർത്തുപോയി.

ലാസ്ലോ ഇയേവർ എന്നൊരാൾ ആണ് ആ ഗാനം ചിട്ടപ്പെടുത്തിയത് പിന്നീട് ഈ ഗാനം യൂറോപ്പിൽ എമ്പാടും 'ഹംഗേറിയൻ സൂയിസൈഡ് സോങ്' എന്ന പേരിൽ അറിയപ്പെടുകയും... ബി.ബി.സി അടക്കം പല ബ്രോഡ്കാസ്റ്റിംഗ് സ്റ്റേഷനുകൾ ഈ ഗാനത്തേ നിരോധിക്കുകയും ചെയ്തിരുന്നു. ജനങ്ങളെ ആത്മഹത്യക്കു ആ ഗാനം

പ്രേരിപ്പിച്ച എന്നതായിരുന്നു അതിനുള്ള കാരണം

അത്തരം ഒരെണ്ണം നമ്മുടെ നാട്ടിൽ നിന്നോ? എനിക്ക് അത്ഭുതം തോന്നി.

ഇത് ആരുടെ ആശയമാണ് എന്ന് അറിയാനുള്ള അതിയായ ആഗ്രഹം എന്നിലും മുളപൊട്ടി എന്നത് സത്യമാണ്.

ജീവിതത്തോടും ലോകത്തോടും ബന്ധുമിത്രാദികളോടും രോഗത്തോടും ഗവൺമെന്റിന്നോടും എന്നുവേണ്ട എല്ലാ സങ്കൽപങ്ങളോടും വേദനകളോടും ഭയങ്ങളോടും നടത്തുന്ന പ്രതിഷേധമെന്ന മട്ടിൽ കുറെ ആളുകൾ ചേർന്ന് ഒരു ദിവസം നടത്തുന്ന ആത്മഹത്യയാണ് സൂയിസൈഡ് സ്ക്വാഡ്.

അതിനായി അവർ തിരഞ്ഞെടുത്തതാവട്ടെ, ലോക ആത്മഹത്യാ പ്രതിരോധ ദിനം സെപ്റ്റംബർ 10!

എനിക്ക് സത്യം പറഞ്ഞാൽ അമ്പരപ്പോളം തന്നെ തമാശയായിട്ടാണ് തോന്നിയത്. ഒരു സമരം നടത്തുന്നത് പോലെയോ,ഒരു പ്രതിഷേധം നടത്തുന്നത് പോലെയോ അല്ലെങ്കിൽ ഒരു ഉപരോധം നടത്തുന്നത് പോലെയോ അങ്ങനെ ആരെയെങ്കിലും തോൽപ്പിക്കാനായിട്ടോ, സ്വയം ജയിക്കാനായിട്ടോ ശക്തി കാണിക്കാനായിട്ടോ കേറി പിടിക്കാവുന്ന ഒന്നാണ് മരണം എന്ന് എനിക്ക് ഒരിക്കലും തോന്നിയിരുന്നില്ല.

അതുകൊണ്ടുതന്നെ എക്കാലത്തും ഞാൻ ആത്മഹത്യയെ വെറുത്തിരുന്നു.

ഈ സംഘത്തിൽ നുഴഞ്ഞുകയറേണ്ട ആവശ്യകതയേ മുൻനിർത്തി ഞാൻ ആദ്യം ചെയ്തത്, ഇത്തരത്തിൽ പോസ്റ്റുകൾ വരുന്ന ഫേസ്ബുക്ക് പേജുകൾ ട്വിറ്റർ എന്നിവയിൽ ലൈക്കും കമന്റ് ചെയ്യുക എന്നതായിരുന്നു. അതിനായി ഞാൻ എന്റെ നിലവിലെ അക്കൗണ്ടുകൾ മരവിപ്പിച്ച് പുതിയ നിർമ്മിച്ചു.

അതിൽ ആത്മഹത്യാപ്രേരകമായ പോസ്റ്റുകളും കമന്റുകളും കൊണ്ട് നിറച്ചു. ഒറ്റനോട്ടത്തിൽ കണ്ടാൽ ഒരു ആത്മഹത്യാ പ്രാന്തൻ ആയ ഒരുത്തന്റെ അക്കൗണ്ടുകൾ ആണെന്നേ തോന്നിയിരുന്നുള്ളൂ...

രണ്ടുദിവസം ലാപ്ടോപ്പിന് മുന്നിൽ നിന്ന് മാറാതെ ഞാൻ ഫേസ്ബുക്കിലും ഇൻസ്റ്റഗ്രാമിലും ട്വിറ്ററിലും ഒക്കെ കയറിയിരുന്നു. ഈ സംഘങ്ങളിൽ നിന്നും പോസ്റ്റിടുന്ന ആളുകളെ കണ്ടുപിടിക്കുക എന്നതായിരുന്നു എന്റെ ലക്ഷ്യം. എന്നാൽ അത് വിചാരിച്ചപോലെ എളുപ്പമായിരുന്നില്ല. പലപ്പോഴും പല അക്കൗണ്ടുകളിൽ നിന്ന് ആണ് അത്തരം പോസ്റ്റുകൾ വന്നിരുന്നത് അക്കൗണ്ടുകളിലിട്ട

മെസ്സേജുകൾക്ക് മറുപടിയും വന്നില്ല.

എനിക്ക് തോന്നി, അങ്ങനെ എളുപ്പത്തിൽ കണ്ടുപിടിക്കാൻ കഴിയുമായിരുന്നെങ്കിൽ ആ ജോലി പോലീസുകാർ തന്നെ ചെയ്യു മായിരുന്നല്ലോ...

അങ്ങനെ എന്റെ പല ശ്രമങ്ങളിൽ ഒന്നായി ഞാൻ ആ വരുന്ന പോസ്റ്റുകളുടെ എല്ലാം താഴെ എന്റെ ഫോൺ നമ്പർ അടങ്ങുന്ന ഒരു മെസ്സേജ് അയച്ചു. വളരെ ആത്മാർത്ഥതയോടെ എന്ന മട്ടിലാണ് ഞാനാ സന്ദേശങ്ങൾ നിർമ്മിച്ചിരുന്നത്. ഒരാഴ്ചയോളം എനിക്ക് അതിനു വേണ്ടി പരിശ്രമിക്കേണ്ടിവന്നു.

അങ്ങനെയിരിക്കെ ഒരു ദിവസം എനിക്ക് ഒരു പ്രൈവറ്റ് നമ്പറിൽ നിന്നും ഒരു ഫോൺ കോൾ വന്നു.

'ഹലോ ഋഷഭ് ആണോ...?'

'അതെ.' തീർത്തും ഉത്കണ്ഠയോ അങ്കലാപ്പോ പ്രകടിപ്പിക്കാത്ത സ്വരത്തിൽ ഞാൻ പറഞ്ഞു.

'ഞാനൊരു സൈക്യാട്രിസ്റ്റ് ആണ് നിങ്ങൾക്ക് ആത്മഹത്യാ പ്രവണത ഉണ്ടെന്ന് നിങ്ങളുടെ ഫേസ്ബുക്ക് പോസ്റ്റുകളിൽ നിന്ന് മനസ്സിലാക്കി വിളിച്ചതാണ്.'

'Fuck off !'- ഞാൻ കോൾ കട്ട് ചെയ്തു. എനിക്കറിയാമായിരുന്നു എന്നെ വിളിച്ചത്, ഞാൻ ഉദ്ദേശിക്കുന്ന ആൾ തന്നെയാണെന്ന്.

ഈ കളിയിൽ എനിക്ക് ഒരു മേൽക്കൈ കിട്ടി എന്ന് എനിക്ക് മനസ്സിലായി. അടുത്ത രണ്ടു ദിവസത്തേക്ക് എനിക്ക് മെസ്സേജുക ളോ വേറേ കാളുകളോ ഉണ്ടായില്ല. ഞാനും എന്തെങ്കിലും തരത്തിൽ പ്രതികരിക്കും എന്നവരും പ്രതീക്ഷിച്ചിരുന്നിരിക്കണം, എന്നാൽ അങ്ങനെയൊന്ന് എന്റെ ഭാഗത്തുനിന്നും ഉണ്ടായില്ല. ഒരു മൂന്ന് ദിവസത്തെ ഇടവേളയ്ക്കു ശേഷമാണ് എനിക്ക് വീണ്ടും ഒരു പ്രൈവറ്റ് നമ്പറിൽ നിന്നും വിളി വന്നത്. ഇത്തവണ മറ്റൊരു സൗമ്യമായ ശബ്ദമാണ് എന്നോട് സംസാരിച്ചത്. പക്ഷേ അയാളുടെ ശബ്ദത്തിൽ ഒരു മുഴക്കവും ശൂന്യതയും ഉണ്ടായിരുന്നു

അകം പൊള്ളയായ പാത്രത്തിൽനിന്ന് എന്ന പോലെ.

'എന്റെ പേര് നിതിൻ പോൾസൺ എന്നാണ്.' അയാൾ സ്വയം പരിചയപ്പെടുത്തി.

അയാൾ തുടർന്നു. 'നിങ്ങൾ എന്നെ അന്വേഷിക്കുന്നുണ്ട് എന്ന് തോന്നി, ഞാൻ നിങ്ങളുടെ സന്ദേശങ്ങൾ കണ്ടിരുന്നു.'

'നിങ്ങൾ സൂയിസൈഡ് സ്ക്വാഡിൽ നിന്നാണോ?'ഒരല്പം

(വ്യാജ) അമ്പരപ്പോടെ ഞാൻ ചോദിച്ചു.

അയാൾ ചിരിച്ചു. 'ഏതോ ടീനേജ് പിള്ളേര് ഇട്ടത് പോലുള്ള പേര് അല്ലേ...? സത്യത്തിൽ ആ പേര് ഞങ്ങൾ ഇട്ടതല്ല പലരും ഞങ്ങളെ അങ്ങനെയാണ് വിളിക്കുന്നത്. യാഥാർത്ഥ്യം പറഞ്ഞാൽ ഇപ്പോൾ പലരും ഞങ്ങളെ കാണുന്നത് പോലെ ഞങ്ങൾ ഒരു ടെററിസ്റ്റ് ഓർഗനൈസേഷനോ മെമ്പർഷിപ്പ് എടുക്കാവുന്ന ഒരു ക്ലബ്ബോ ഒന്നുമല്ല.! മറ്റു വഴികളില്ലാതെ ഒരുമിച്ച്, കൈപിടിച്ച് ജീവിതം അവസാനിപ്പിക്കാൻ തീരുമാനിച്ച കുറച്ചു പേരുടെ ഒരു കൂട്ടായ്മയാണ്.!'

'അങ്ങനെയാണെങ്കിൽ അതിൽ ഭാഗമാകാൻ എനിക്കും താല്പര്യമുണ്ട്'- ഞാൻ ആവേശത്തോടെ പറഞ്ഞു.

'സുഹൃത്തേ നിങ്ങൾ ഞങ്ങളെ കുറിച്ച് എന്താണ് കരുതിയിരിക്കുന്നത് എന്നെനിക്കറിയില്ല. ജീവിതം ഒരു ദൈവസമ്മാനം ആണ് എന്ന് വിശ്വസിക്കുന്ന, ആത്മഹത്യ ഒരു പാപമാണ് എന്ന് വിശ്വസിക്കുന്ന, ദൈവവിശ്വാസികളായ ആളുകൾ തന്നെയാണ് ഞങ്ങൾ.'

ഞാൻ ഒരൽപം പുച്ഛത്തോടെ ചിരിച്ചു.

'സത്യമാണ് ഞങ്ങളാരും മരണത്തെ സ്നേഹിക്കുന്നവർ അല്ല. മറിച്ച് ജീവിതത്തെ അകമഴിഞ്ഞു പുൽകാൻ കൊതിക്കുന്ന വരും ആണ്. പക്ഷേ വേദനയോടെ പ്രതീക്ഷകളും പ്രത്യാശകളും ഇല്ലാതെയുള്ള ജീവിതം മരണത്തെക്കാൾ ഭീകരമാണ് എന്ന് ഞങ്ങൾ വിശ്വസിക്കുന്നു. ഞങ്ങളിൽ ചിലർക്കെങ്കിലും മരണം അതും തനിയെയുള്ള മരണം ഭയമാണ്. അപ്പോൾ ഞങ്ങൾ കൈകോർത്ത് പിടിച്ചു ഒരു സ്കൂൾ ട്രിപ്പ് പോകുന്നത് പോലെ സന്തോഷത്തോടെ ഈ ലോകത്തോട് വിട പറയും'

'അങ്ങനെയെങ്കിൽ പിന്നെ എന്തിനാണ് നിങ്ങൾ എന്നെ ഈ പ്രൈവറ്റ് നമ്പറിൽ നിന്നും വിളിക്കുന്നത്. ചെയ്യുന്നത് തെറ്റാണ് എന്ന് ഉത്തമബോധ്യം ഉള്ളതുകൊണ്ടല്ലേ' - ഞാൻ ചോദിച്ചു.

'നമ്മുടെ നാട്ടിൽ ഇന്നും യൂത്തനേഷ്യ നിയമ വിധേയമാക്കിയിട്ടില്ല. നീതിപീഠം കർശനമായ വ്യവസ്ഥകളോടെ പാസ്സീവ് യുത്തനേഷ്യ 2018- ൽ അംഗീകരിച്ചിട്ടുണ്ടെങ്കിലും അത് ഞങ്ങളെ പോലുള്ളവരെ സഹായിക്കില്ല. നിയമത്തിന് ഒരുവൻ മരിക്കേണ്ടവനാണ് എന്ന് ബോധ്യപ്പെടണമെങ്കിൽ അല്ലെങ്കിൽ അങ്ങനെ വിധിക്കണം എങ്കിൽ അവൻ ഒന്നുകിൽ ഒരു കൊടും കുറ്റവാളി ആയിരിക്കണം, അല്ലെങ്കിൽ അവൻ ഒരു ജീവച്ഛവം, ഒരു വെജിറ്റബിൾ ആയി മാറണം. രോഗിയായ ഒരാൾ, ഒരു വ്യാഴവട്ടക്കാലം വേദന തിന്നു തീർത്തതിനുശേഷം മാത്രമേ അയാൾ മരിക്കാൻ യോഗ്യനാണെന്ന്

നമ്മുടെ നിയമം അംഗീകരിക്കുകയുള്ളൂ.

അങ്ങനെ നോക്കിയാൽ ഞങ്ങൾ അവരവർക്കും മറ്റുള്ളവർക്കും നൽകുന്ന പ്രതീക്ഷയാണ് മരണം, ഒരുതരം രക്ഷപ്പെടലാണ് മരണം, ശരീരം എന്ന തടവറയിൽ നിന്നുള്ള മോചനമാണ് മരണം.

പെട്ടെന്നൊരു നിമിഷത്തിൽ അതിനെ എതിർത്തു സംസാരിക്കാൻ തുടങ്ങിയത് ആണെങ്കിൽ പോലും എന്റെ ചുമതല എനിക്ക് നല്ലവണ്ണം ബോധ്യമുള്ളതുകൊണ്ട് മിണ്ടാതിരിക്കുകയാണ് ചെയ്തത്.

'പറയൂ നിങ്ങൾ എന്തിനാണ് ഞങ്ങളോടൊപ്പം ചേരുന്നത്'-ഈ ചോദ്യം ഞാൻ പ്രതീക്ഷിച്ചതാണ്. അതുകൊണ്ടു തന്നെ ഞാൻ അതിനൊരു സ്ക്രിപ്റ്റ് തയ്യാറാക്കിവെച്ചിരുന്നു.

'ഞാനൊരു ചൂത് കളിക്കാരനായിരുന്നു. ബോംബെ മഹാനഗരത്തിലെ പല നിരോധിത കസീനോകളിലും ഞാൻ സ്ഥിരക്കാരനായിരുന്നു. കിട്ടുന്നതിൽ ഏറെ ഞാൻ ഇറക്കും ഇറക്കുന്നതിലും ഏറെ ഞാൻ നേടുകയും ചെയ്യും. അങ്ങനെ ഒരു വിഷ്യസ് സർക്കിൾ ആയിരുന്നു എന്റെ ജീവിതം.'ഒരിക്കൽ ഞാൻ കളിക്കിടേ ഒരു വലിയ നഷ്ടം വരുത്തി വെച്ചു. ഒരു വലിയ തോൽവി. തിരിച്ചു പിടിക്കാനാവാത്ത വണ്ണം ഞാൻ തകർന്നു പോയിരുന്നു. ആ ഒറ്റ രാത്രി കൊണ്ട് ഞാൻ മുംബൈ നഗരം വിട്ടു. എനിക്ക് പണം തന്നവർ, എന്നേ കണ്ട് പണമിറക്കിയവർ,എല്ലാവരും എനിക്ക് പിന്നാലെ ഉണ്ടായിരുന്നു. അവരിൽ നിന്നെല്ലാം രക്ഷപ്പെട്ടു ഞാൻ നാട്ടിലെത്തി... ഒരു പൈസ എടുക്കാൻ ഇല്ലാതെ, മറ്റൊരു ജോലിയും ചെയ്യാൻ അറിയാതെ ഞാൻ നരകിക്കുന്നതിനിടെ മറ്റൊരു സത്യം എന്നെ തേടി വന്നു. എന്റെ വയറ്റിൽ ഒരു ഗോൾഫ് ബോളിനോളം വലിപ്പമുള്ള ഒരു മുഴ വളരുന്നു. ഓങ്കോളജി ഡിപ്പാർട്ടമെന്റിൽ നിന്നും കിട്ടിയ റിപ്പോർട്ട് കണ്ട് ഞാൻ സത്യത്തിൽ തകർന്നുപോയി 'ക്യാൻസർ'. ഭാഗ്യമുണ്ടെങ്കിൽ ഞാൻ മൂന്നുമാസം കൂടി ജീവിക്കും. ഭാഗ്യത്തിന്റെ ചൂതാട്ടത്തിൽ തോറ്റുപോയ എനിക്ക് മരണത്തിലെന്കിലും ഭാഗ്യത്തേ തോൽപ്പിക്കണം എന്നുണ്ടായിരുന്നു. അപ്പോഴാണ് ഞാൻ നിങ്ങളെ പറ്റി കേട്ടത്. ഇപ്പോൾ അറിയുന്നു എന്റെ മുംബൈ സുഹൃത്തുക്കളും എന്നെ തേടി ഈ നഗരത്തിൽ എത്തിയിട്ടുണ്ടെന്ന്.അവർക്കും വേണ്ടത് എന്റെ രക്തമാണ്. ഇനി നിങ്ങൾ തന്നെ പറയൂ ഞാൻ എന്താണ് വേണ്ടത് ? രോഗത്തിന് കീഴ്പ്പെടണോ അതോ മൂർച്ചയുള്ള ഒരു പിച്ചാത്തിപ്പിടിക്കോ, ഒരു ലോഹ ചീളിനോ കീഴടങ്ങണോ? ഞാൻ പറഞ്ഞു നിർത്തി.'

മറുവശത്ത് മൗനം മാത്രമായിരുന്നു മറുപടി. അല്പം നേരത്തെ

ആലോചനയ്ക്ക് ശേഷം അയാൾ പറഞ്ഞു തുടങ്ങി.

'ചൂതുകളിയും അതിൽ നിന്നുണ്ടായ കടവും അത്തരം ശത്രുക്കളും ഒക്കെ നിങ്ങൾക്ക് തന്നെ മറികടക്കാവുന്നതാണ് അത്തരം പ്രശ്നങ്ങൾ ഒക്കെ പലരും നേരിടുന്നതുമാണ്. ഒരുപക്ഷേ ഞങ്ങൾക്ക് തന്നെ നിങ്ങളെ അക്കാര്യത്തിൽ സഹായിക്കാൻ പോലും കഴിഞ്ഞേക്കും. ഒന്ന് മനസ്സിലാക്കു മരണത്തിന് അർഹതയില്ലാത്ത ഒരാളെയും കൂടെ കൂട്ടാൻ ഞങ്ങൾ ആഗ്രഹിക്കുന്നില്ല. പിന്നെ നിങ്ങളുടെ രോഗം,ഓങ്കോളജി റിപ്പോർട്ടിന്റെ പകർപ്പ് എനിക്ക് കാണണം നിങ്ങളതിന്റെ സോഫ്റ്റ് കോപ്പി മൊബൈൽ സൂക്ഷിക്കു, ഞാൻ പറയുമ്പോൾ എനിക്ക് അയച്ചു തന്നാൽ മതി.'

ഇത്രയും പറഞ്ഞ് അയാൾ ഫോൺ കട്ട് ചെയ്തു.

ഞാൻ എന്നേ ഈ ജോലി ഏൽപിച്ച എന്റെ പോലീസ് സുഹൃത്തുക്കളെ സമീപിച്ചു, എനിക്ക് അതിഗുരുതരമായ അസുഖമാണെന്നും, രക്ഷപ്പെടില്ല എന്നും പറഞ്ഞ് ഒരു റിപ്പോർട്ട് വേണം എന്ന് ഞാൻ അവരോട് ആവശ്യപ്പെട്ടു. അത്തരമൊരു റിപ്പോർട്ട് പടച്ചിറക്കാൻ അവർക്ക് വലിയ പ്രയാസം ഒന്നും ഉണ്ടായിരുന്നില്ല.

ഇത്രയൊക്കെ സംസാരിച്ചതിനു ശേഷവും ഈ സൂയിസൈഡ് സ്ക്വാഡ് ഒരു ഗൗരവമുള്ള വിഷയമായി എനിക്ക് തോന്നിയില്ല. ഇതൊക്കെ പബ്ലിസിറ്റിക്ക് വേണ്ടിയുള്ള നമ്പറുകൾ എന്നല്ലാതെ കൂടുതൽ ഒന്നുമില്ല.

ഇക്കാലത്ത് പബ്ലിസിറ്റിക്ക് വേണ്ടി ആളുകൾ ചെയ്യാത്ത എന്താണ്? എല്ലാ സാമൂഹ്യമാധ്യമങ്ങളും പബ്ലിസിറ്റിക്ക് വേണ്ടിയുള്ള കുറുക്കുവഴികൾ അല്ലേ. കിട്ടുന്ന ലൈക്കുകളുടെയും കമന്റുകളുടെയും യുടെയും വ്യൂ- കളുടെയും എണ്ണം പെരുകുന്നതിന് അനുസരിച്ച് നമ്മൾ ഒരു സെലിബ്രിറ്റി ആകുന്നുണ്ട് എന്ന് നമുക്ക് തോന്നും. ലോകം നമ്മളെ അംഗീകരിക്കുന്നുണ്ട് എന്ന് തോന്നും. എന്നാൽ സത്യത്തിൽ അതെല്ലാം വെറും തോന്നൽ മാത്രമാണ്. ഒരു ക്ലിക്കിന്റെ വേഗത്തിൽ നേടുന്നത് എല്ലാം മറു ക്ലിക്കിന്റെ വേഗത്തിൽ ഇല്ലാതെയാകുന്നു. അതാണ് സൈബർ ലോകം. ആരെയും ആരും ഓർക്കുന്നില്ല. ആരുടെയും കരുതലും ഇല്ല. ജനുവിൻ ആയിട്ട് ആരെയും അംഗീകരിക്കുന്ന പോലുമില്ല. അതാണ് വിർച്വൽ ലോകം. ഉണ്ടെന്നു തോന്നും പക്ഷേ അങ്ങനെയൊന്ന് ശരിക്കും ഇല്ലാത്തതാണ്. വെറും മായക്കാഴ്ചകൾ. സൂയിസൈഡ് സ്ക്വാഡ് കഥയും മറ്റൊന്ന് ആവാൻ തരമില്ല. എന്നാലും പറയാതെ വയ്യ അവർ പ്രതീക്ഷിച്ചതിലും വലിയ പബ്ലിസിറ്റി ആണ് അവർക്ക് ലഭിച്ചത്. ആളുകൾ അവരെ

പറ്റി സംസാരിക്കുന്ന അവരെ പറ്റി ചർച്ച ചെയ്യുന്ന പോലീസ് അന്വേഷിക്കുന്ന മറ്റെന്തുവേണം. ഇനി അവർ എന്നെ വിളിക്കാനോ ബന്ധപ്പെടാനോ പോകുന്നില്ല എന്നാണ് എനിക്ക് തോന്നിയത്.

അതിനൊരു കാരണമുണ്ടായിരുന്നു. ഇപ്പോൾ തന്നെ അവർ എന്റെ മുന്നിൽ ഒരു കാരണം വെച്ച് കഴിഞ്ഞിരുന്നു. വളരെ മഹനീയമായ മനുഷ്യത്വത്തിൽ തോന്നിയ ഒരു കാരണം, അല്ലെങ്കിൽ കോസ്. അപ്പോൾ ഞാൻ അതിൽ ആകൃഷ്ടനാവും എന്നും ഇനിയും അവരുടെ പോപ്പുലാരിറ്റിക്ക് ഞാനുതകും എന്നും അവർ കരുതിയിട്ടുണ്ടാകും. ഇങ്ങനെ ആകും അവർ എല്ലാവരെയും വിളിച്ചിട്ട് ഉണ്ടാവുക. അതുവഴി ചർച്ചകൾ നടന്നിട്ടുണ്ടാവുക

ഒന്നും സംഭവിക്കാത്ത മട്ടിൽ നാല് ദിനങ്ങൾ കഴിഞ്ഞു പോയി. അഞ്ചാമത്തെ ദിവസമാണ് എനിക്ക് അടുത്ത വിളി വരുന്നത്.

'മെഡിക്കൽ റിപ്പോർട്ട് മൊബൈലിൽ ഉണ്ടോ.'

'ഉണ്ട്' ഞാൻ പറഞ്ഞു.

'അത് വെച്ചേക്കൂ... ഞാൻ എടുക്കാം'. അതും പറഞ്ഞ് കോൾ കട്ടായി.

എനിക്ക് ആകെ അത്ഭുതമായി. വിളിക്കില്ല എന്ന് തന്നെയാണ് ഞാൻ വിചാരിച്ചത്.പക്ഷേ അവർ വിളിച്ചു. ഇനി അവർ ആ റിപ്പോർട്ട് എങ്ങനെ എടുക്കും. എനിക്ക് ആകെ സംശയമായി. ഇനി അവരുടെ കൂട്ടത്തിൽ ഹാക്കർമാർ ഉണ്ടെന്നു വരുമോ?.

ഞാൻ പോലുമറിയാതെ എന്റെ മൊബൈലിൽ നിന്ന് ഇനി അവർ രഹസ്യങ്ങൾ ചോർത്തി എന്നു വരുമോ ?

അവർ എന്റെ നീക്കങ്ങൾ നിരീക്ഷിക്കുന്നുണ്ടാവുമോ ?.

അന്ന് വൈകുന്നേരം ഇതിനെപ്പറ്റി ആലോചിച്ച് ഞാൻ റോഡിലൂടെ നടക്കുകയായിരുന്നു. സാമാന്യം തിരക്കുള്ള റോഡ് ആയിരുന്നു അത്. ആൾക്കൂട്ടത്തിനിടയിൽ നിന്നും ഒരു മധ്യവയസ്കൻ എന്റെ അടുത്ത് വന്ന് എനിക്ക് കൈ തന്നു. 'ഞാൻ നിതിൻ ആണ്... എന്തൊക്കെയുണ്ട്?'

ഞാൻ ഞെട്ടി. അയാൾ ഒരു കോട്ടും തൊപ്പിയും ധരിച്ചിട്ട് ഉണ്ടായിരുന്നു.

അയാൾ വളരെ വിളറിയതായി കാണപ്പെട്ടു.

'കുറച്ചു കൂടി ചെറുപ്പമായ ഒരാളെയാണ് ഞാൻ പ്രതീക്ഷിച്ചത്' അമ്പരപ്പ് മുഖത്ത് കാട്ടാതെ ഞാൻ പറഞ്ഞു.

അതു കേട്ട് അയാൾ ചിരിച്ചു.

'ഞാൻ ഇത് മുൻപും പലരും പറഞ്ഞു കേട്ടിട്ടുണ്ട് എന്നാലും നിങ്ങൾ വിചാരിക്കുന്നത്ര പ്രായാധിക്യം എനിക്കില്ല കേട്ടോ.'

ഞങ്ങൾ രണ്ടു പേരും കൂടെ ആ സായാഹ്നത്തിൽ കുറച്ച് ദൂരം നടന്നു. ഇളം വെയിൽ ഞങ്ങളെ ഇലപ്പടർപ്പുകൾക്കു ഇടയിലൂടെ വന്നു തൊട്ടുകൊണ്ടിരുന്നു.

ഒരു ചെറുതും വൃത്തിയുള്ളതുമായ കോഫീ ഷോപ്പിൽ ഞങ്ങൾ കയറി. ഓരോ കോഫി പറഞ്ഞു. ഞാൻ അയാളുടെ രൂപം ശ്രദ്ധിക്കുകയായിരുന്നു. മുഖമാകെ മെലിഞ്ഞു വിളറിയിരിക്കുന്നു. കൈകളിൽ ഒരുപാടുതവണ സൂചി കുത്തിയതിന്റെ പാട്.കഴുത്തൊക്കെ വൃദ്ധൻ മാരുടെത് പോലെ വലിഞ്ഞു തൂങ്ങി ഇരിക്കുന്നു. പക്ഷേ അയാളുടെ വസ്ത്രത്തിൽ നിന്നും, ആഢ്യത്തമുള്ള പെരുമാറ്റത്തിൽ നിന്നും അയാൾ ഒരു ധനാഢ്യനോ, ഉന്നത കുടുംബത്തിൽ നിന്നുള്ളയാളോ ആണെന്ന് തോന്നി

'നിങ്ങളുടെ മൊബൈലിന്റെ ബ്ലൂട്ടൂത് ഓണാക്കി, ആ റിപ്പോർട്ടിന്റെ കോപ്പി എനിക്കയക്കു. എന്റെ ഒരു ഓങ്കോളജി ഡോക്ടർ സുഹൃത്തുണ്ട്. ഞാൻ അത് അയാൾക്ക് അയച്ചു കൊടുക്കാം. നിങ്ങളെ രക്ഷിക്കാൻ ഒരു തുരുമ്പെങ്കിലും സാധ്യതയുണ്ടെകിൽ, അയാളത് ചെയ്തിരിക്കും' - അയാളുടെ കണ്ണുകളിൽ ആത്മാർഥത കാണാമായിരുന്നു.

ബ്ലൂട്ടൂത് ഓൺ ചെയ്തു, ആ റിപ്പോർട്ടു അയക്കുമ്പോ എനിക്ക് കൈ വിറച്ചു, പിടിക്കപ്പെട്ടുമോ എന്ന ഭയം കൊണ്ടായിരുന്നില്ല അത്. പകരം ഒരാളുടെ ആത്മാർത്ഥമായ സഹായം ഞാൻ ദുരുപയോഗം ചെയ്യുന്നു എന്ന തിരിച്ചറിവായിരുന്നു അതിനു കാരണം. അയാൾ ആ റിപ്പോർട് മറ്റാർക്കോ ഫോർവേഡ് ചെയ്തു കൊടുത്തു.

ആകാംഷയോടെ ഞാൻ ചോദിച്ചു,

'ഇതൊക്കെ നിങ്ങളാണോ തുടങ്ങിയത് ?'

'ഇതൊക്കെ എന്ന് പറഞ്ഞാൽ ?'- അയാൾ സംശയത്തോടെ ചോദിച്ചു

ഞാൻ ആ പേര് പറയാൻ ബുദ്ധിമുട്ടി... എന്ത് പറയാൻ എന്ന ആശയക്കുഴപ്പമായിരുന്നു എനിക്ക്

'... ഈ... ഇതൊക്കെ.'

എന്റെ വൈഷമ്യം മനസ്സിലാക്കിയിട്ടെന്നോണം അയാൾ പറഞ്ഞു.

'അല്ലേയല്ല, ആ മനുഷ്യൻ ഇന്ന് നമ്മോടൊപ്പം ഇല്ല... ഒരിക്കലും തനിച്ചാവാൻ ആഗ്രഹിക്കാത്ത ആളുകൾ തനിയെയാണ് മടങ്ങി

പോകുന്നത്, അല്ലെ... അങ്ങനെ ഒരു യാത്ര യായിരുന്നു അദ്ദേഹ ത്തിന്റേതും... ഒരു തരത്തിൽ പറഞ്ഞാൽ അദ്ദേഹം എന്റെ ഗുരു തന്നെയാണ്''- അയാൾ കുറച്ച് നേരം ചിന്താമഗ്നനായി.

അതിനിടെ കോഫി കൊണ്ട് വന്നു... അത് കുടിക്കുന്നതിനിടെ അയാൾ തുടർന്നു...

'ഞാൻ പറഞ്ഞിരുന്നില്ലേ ഋഷഭ്, ഇതൊരു ക്ലബ് അല്ല, ആരും ആരെയും അനുഗമിക്കുന്നും ഇല്ല. ഇപ്പൊ എന്റെ കാര്യം തന്നെ നോക്ക്... എനിക്ക് വെയിൽ കൊള്ളാനാവില്ല, മഴ നനയാനാവില്ല, യാത്രകൾ ചെയ്യാനാവില്ല, കട്ടിയുള്ള ആഹാരം പോലും കഴിക്കാ നാവില്ല... രണ്ടോ മൂന്നോ മാസം കൂടുമ്പോ ശരീരത്തിലെ മുഴുവൻ രക്തവും മാറ്റണം... ഒരു സാധാരണ പനി മതി എന്നെ കൊല്ലാൻ. ഒരു മാസത്തിൽ ഇരുപതോ ഇരുപത്തിഅഞ്ചോ ദിവസം ഞാൻ ആശുപത്രി കിടക്കയിൽ ആണ്. ഡോക്ടർമാർക്കും അറിയാം, ഞാൻ രക്ഷപെടാൻ പോകുന്ന കേസല്ല എന്ന്... പിന്നെന്താ, എന്റെ കയ്യിൽ പണമുണ്ട്... മരിക്കുന്നതു വരെ എന്നെ അവർക്കു ചികിത്സിക്കാൻ പറ്റും... ഓരോ ദിവസവും ഞാൻ ഉണർന്നു എഴുന്നേൽക്കുന്നത് മരിക്കാൻ വേണ്ടിയാണ്, ഓരോ ദിവസവും ഞാൻ ഉറങ്ങാൻ കിട ക്കുന്നതു രാവിലെ ഉണരാതിരിക്കണേ എന്ന് പ്രാർത്ഥിച്ചാണ്... അത് ആർക്കെങ്കിലും സങ്കൽപ്പിക്കാൻ ആവുമോ? ഇതിലും കഠിനമായ ടോർച്ചർ ആർക്കെങ്കിലും കിട്ടാനുണ്ടോ?? നമ്മുടെ നിയമവ്യവസ്ഥ, ചികിത്സ ഉപേക്ഷിച്ച്, ഞാൻ നേരത്തെ പറഞ്ഞത് പോലെ പാസ്സീവ് യുത്തനേഷ്യയ്ക്ക് അംഗീകാരം തന്നിട്ടുണ്ടെങ്കിലും, ആ മരണം ഈ ജീവിതത്തെക്കാളേറെ നരകമാണ്.'

എനിക്ക് എന്തെങ്കിലും പറയാൻ ആവുമായിരുന്നില്ല ! അയാൾ പറഞ്ഞു...

'എന്നെപോലെ തന്നെയാണ് നമ്മുടെ കൂട്ടത്തിലെ മറ്റുള്ളവരും... ഞാൻ ഗവണ്മെന്റിൽ ദയാവധത്തിന് അപേക്ഷ കൊടുത്തതാണ്. പക്ഷേ, തള്ളി പോയി... ഞാൻ നേരത്തെ പറഞ്ഞ വെജിറ്റേ റ്റീവ് സ്റ്റേറ്റ് എത്തിയിട്ടില്ലല്ലോ. അവരെ സംബന്ധിച്ചടത്തോളം ആരോഗ്യം ശാരീരികമാണ്... അപ്പൊ മാനസികമായ ജഡത്വഅ വസ്ഥയ്ക്കു അവർ വില കൊടുക്കുന്നില്ല. അവർ നോക്കുമ്പോൾ, ഞാൻ നടക്കുന്നു, ശ്വസിക്കുന്നു,ചിന്തിക്കുന്നു... മാത്രമല്ല പെട്ടെന്നൊരു ദിവസം കടന്നു വരുന്ന മരണം വരെ എനിക്ക് ജീവിക്കാനാകും... ഒന്നോർത്തുനോക്കു എന്റെ മരണവും ജീവിതവും തമ്മിലുള്ള ഈ ഒളിച്ചു കളി, ഞാനെന്ന വ്യക്തിയെ മാനസികമായി എത്ര തളർ ത്തിയിട്ടുണ്ടാകും ! ഒടുവിൽ ഞാൻ തീരുമാനിച്ചു... ഒരു പാവയെ

പോലെ മരിച്ച ജീവിക്കുന്നതിലും നല്ലത്, ഒരു പോരാളിയെപ്പോലെ, അടയാളം ബാക്കി വെച്ച് മരിക്കാൻ ഞാൻ തീരുമാനിച്ചു.

ഋഷഭ്, നിങ്ങൾ, സെപ്പുക്കു അല്ലെങ്കിൽ ഹരാകിരി എന്നൊരു ചടങ്ങിനെ പറ്റിക്കേറ്റിട്ടുണ്ടോ? ജാപ്പനീസ് യോദ്ധാക്കൾ യുദ്ധ സമയത്തു ശത്രുക്കളാൽ വളയപ്പെട്ടുമ്പോൾ അവരുടെ കൈയ്യിൽ പെടാതെ ഇരിക്കാൻ, നടത്തുന്ന ആത്മഹത്യ ആണത്. അതൊരു സ്റ്റേറ്റ്മെന്റ് ആണ്... നിങ്ങളുടെ കൈ കൊണ്ട് ഞാൻ മരിക്കില്ല, ഞാൻ ആത്മാഭിമാനത്തോടെ സ്വയം മരിക്കുന്നു. അത്ര മാത്രമേ ഞങ്ങളും ആഗ്രഹിക്കുന്നുള്ളൂ-ആത്മാഭിമാനത്തോടെ സ്വയം വരിക്കുന്ന മരണം. കാലങ്ങളോളം മരണ കിടക്കയിൽ കിടന്നു എല്ലാരേയും ബുദ്ധിമുട്ടിച്ച ഒടിവിൽ വരുന്ന നാണം കെട്ട മരണത്തേക്കാൾ ഞാൻ ഇത് ആഗ്രഹിക്കുന്നു... ഞങ്ങളുടെ മരണം, ഒരു ചോദ്യം പോലെ നീതിപീഠങ്ങളിൽ മുഴങ്ങിക്കേട്ടാൽ, ഒരു അർഥവും ഇല്ലാതെ മരിക്കുന്നതിനേക്കാൾ നല്ലതല്ലേ...'

അയാൾ സംസാരം നിറുത്തി നെറ്റിയിൽ കൈ അമർത്തി ഇരുന്നു... അത്രയും പറഞ്ഞപ്പോൾ അയാൾ ക്ഷീണിച്ചിരുന്നു

നെഞ്ചിലെവിടെയോ വാക്കുകൾ ശ്വാസത്താൽ മുറിഞ്ഞു പോയതുപോലെ ഞാനും ഇരുന്നു. ആ കോഫീ ഷോപ്പിൽ തിരക്ക് കൂടിയിരുന്നു, ആ തിരക്കിനും, സംസാരങ്ങൾക്കും മദ്ധ്യേ മൗനത്തിന്റെ ഒരു കുമിളയ്ക്കുള്ളിൽ പെട്ടത് പോലെ ഞങ്ങളിരുന്നു... മൗനത്തിന്റെ ആ കുമിള പൊട്ടിച്ചത് നിതിന്റെ മൊബൈലിൽ വന്ന ഒരു മെസ്സേജ് ആണ്. അയാൾ മുഖം പൊക്കി, കണ്ണ് തുടച്ച്, മൊബൈൽ എടുത്തു നോക്കി... എന്നിട്ടു കുറച്ചുനേരം ചിന്താമഗ്നനായി ഇരുന്നു.

കുറച്ചു നേരത്തിനു ശേഷം അയാൾ വീണ്ടും പറഞ്ഞു തുടങ്ങി.

'ഒന്നാലോചിച്ചു നോക്കു, ഒരു മാസം എനിക്ക് ജീവിച്ചിരിക്കാൻ അതിഭീമമായ തുകയാണ് ചികിത്സയ്ക്ക് വേണ്ടത്.ലക്ഷകണക്കിന് കുട്ടികൾ പട്ടിണി കിടക്കുന്ന രാജ്യത്ത്, പോഷകക്കുറവ് മൂലം കുട്ടികൾ മരിക്കുന്ന രാജ്യത്ത്, ഏതു നിമിഷവും ഇല്ലാതായേക്കാവുന്ന ഒരാൾക്ക് വേണ്ടി ഇത്രയേറെ പണം വാരി ചിലവാക്കുന്നത്, ഒരു ക്യാപ്പിറ്റൽ വെയ്സ്റ്റ് ആണ്. എന്റെ മരണത്തോടെ, എന്റെ കുടുംബ സ്വത്ത്, മറ്റവകാശികൾ ഇല്ലാത്തതു കൊണ്ട്, രാജ്യത്തിലെ പല ജീവ കാരുണ്യ സംഘടനകളിലേക്ക് ചെന്ന് ചേരും. ആ വിധത്തിലാണ് എന്റെ വിൽപത്രം തയ്യാറാക്കിയിരിക്കുന്നത്. അത് എത്ര നേരത്തെ സംഭവിക്കുന്നുവോ, അത്രയും കൂടുതൽ തുക അവർക്കു കിട്ടും... ഞങ്ങളിൽ പലരും ഇങ്ങനെതന്നെയാണ്, ബാക്കിയുള്ള

സ്വത്തും അവയവങ്ങളും മറ്റുള്ളവർക്ക് പങ്കു വെച്ചിട്ടാണ് പോകുന്നത്'.

'മറ്റുള്ളവർ ആരൊക്കെയാണ് ?' - ഞാൻ ചോദിച്ചു

'പലരും ഉണ്ട്, ഹോസ്പിറ്റലിലെ ഇരുള് മൂടിയ മച്ചും നോക്കി മരിക്കാൻ തയ്യാറാവാത്തവർ. ഋഷഭിന് അറിയുമോ, കാശിയിൽ വൃദ്ധരെ കൊണ്ട് താമസിപ്പിക്കുന്ന ചില സദനങ്ങളുണ്ട്.ഞാൻ ഇതിനെ പറ്റി വായിച്ചതാണ്, കാശിയിൽ വെച്ച് മരിക്കുന്നതു പുണ്യമാണെന്ന് കരുതിപ്പോരുന്നു. അവർ ആ സദനങ്ങളിൽ കിടന്നു അന്ത്യശ്വാസം വലിക്കുന്നു. അങ്ങനെ സംതൃപ്തിയോടെ മരിക്കാൻ പ്രവർത്തിക്കുന്ന നിരവധി സദനങ്ങൾ അവിടെയുള്ളതായി ഞാൻ വായിച്ചിട്ടുണ്ട്... എന്തുകൊണ്ടാണെന്ന് അറിയുമോ ?

മരണം അത് സംഭവിക്കേണ്ടതു നമുക്ക് ഏറ്റവും ഇഷ്ടമുള്ള സ്ഥലത്തു വെച്ചാവണം. ഏറ്റവും ഇഷ്ടപ്പെട്ട വിധത്തിലാവണം, ഏറ്റവും സന്തോഷത്തോടെ ആവണം... പൂർണ്ണ സംതൃപ്തിയോടെ യാവണം ഈ ലോകം വിട്ടു പോകുന്നത്. ബെസ്റ്റി ഡേവിസ് എന്ന കലാകാരിയുടെ മരണത്തെക്കുറിച് കേട്ടിട്ടില്ലേ,, അത് പോലൊന്ന്

ആക്സിഡന്റുകളുടെ കാര്യം വിട്ടേക്ക്, അല്ലാതെ എത്ര പേര് സംതൃപ്തിയോടെ മരിക്കുന്നുണ്ട്. ഇതിപ്പോ ഈ നിമിഷം തന്നെ എത്ര പേര് നരകിച്ചു മരിക്കുന്നുണ്ടാവും? ഞാൻ ഫോണിൽ പറഞ്ഞില്ലേ, അതുപോലെ ഞങ്ങൾ ഒരു യാത്രയുടെ തുടക്കത്തിലാണ്. വേദനകളില്ലാത്ത ഒരിടത്തേക്കാണ് ഞങ്ങളുടെ യാത്ര. അതൊരു സന്തോഷമുള്ള കാര്യമല്ലേ... ?

ഒന്നാലോചിച്ചു നോക്ക്, ഞങ്ങളുടെ ഈ യാത്ര കൊണ്ട് ആരെന്നു പോലും അറിയാത്ത കുറെ പേർക്ക് സഹായവും ലഭിക്കുന്നു. ആ ചിന്ത തന്നെ സന്തോഷം നൽകുന്നതാണ്. ജീവിതം കൊണ്ട് കഴിയാത്ത സൽപ്രവർത്തി ഞങ്ങൾ മരണം കൊണ്ട് ചെയ്യുന്നു, അത്ര തന്നെ.

എനിക്ക് എന്റെ കൂടെയുള്ളവർക്ക് ഒരു ദിവസത്തേക്ക് അവരുടെ ഇഷ്ടങ്ങൾ സാധിച്ചു കൊടുക്കാൻ സാധിക്കും... അതിനു കാരണം എന്റെ കൈയ്യിൽ പണമുള്ളതു കൊണ്ടാണ്. അത്യധികം ഞങ്ങൾ സന്തോഷിക്കുന്ന ആ ഒരു ദിവസത്തിന്റെ അവസാനത്തിൽ, ഒറ്റപ്പെടലിന്റെ വേദന അറിയാതെ, ജലവും ആകാശവും ചേരുന്ന ഒരിടത്തു, അന്ത്യ അത്താഴവും കഴിഞ്ഞു, അവരവർക്കു ഏറ്റവും ഇഷ്ടമുള്ള പാനീയത്തിൽ വിഷം കലർത്തി,അത് കുടിച്ചു ഞങ്ങൾ മരിക്കും'

'നമ്മൾ'- ഞാൻ തടസ്സപ്പെടുത്തി.

'എന്താണ് ?'

'ഞങ്ങൾ അല്ല, നമ്മൾ' - ഞാൻ തിരുത്തി.

'തീർച്ചയായും' അയാൾ നാണത്തോടെ ഒന്ന് പുഞ്ചിരിച്ചു.

'അതിനു സെപ്റ്റംബർ 10 തന്നെ തിരഞ്ഞെടുക്കാൻ കാരണം എന്താണെന്നു അറിയുമോ ഋഷഭിന് ?

അത് ആത്മഹത്യക്കു എതിരെയുള്ള ദിവസം ആണ്. എല്ലാവരും അതിനെ പുകവലി പോലെയോ മദ്യപാനം പോലെയോ ഉള്ള, നിരോധിക്കേണ്ട കാര്യമായാണ് കാണുന്നത്. ഞാൻ എങ്ങനെ ജീവിക്കണം എന്ന് തീരുമാനിക്കുന്നത് പോലെ ഞാൻ എങ്ങനെ മരിക്കണം എന്നും തീരുമാനിക്കാൻ ഉള്ള അവകാശം എനിക്ക് ഇല്ലേ ?

അങ്ങനെ അല്ലേ വേണ്ടത്?, ഒന്ന് മനസ്സിലാക്കിക്കൊള്ളൂ ഋഷഭ്. ഇവിടുത്തെ ഗവണ്മെന്റ്കൾ ചിന്തിക്കുന്നതു പോലെ, ഞങ്ങൾക്കാർക്കും മദ്യപ്പുഴ ഒഴുകുന്ന സ്വർഗ്ഗം സ്വപ്നം കാട്ടുന്നില്ല. അവസാനമില്ലാത്ത വേദനയിൽ നിന്നുള്ള മോചനം മാത്രം. മരിക്കാൻ അർഹത ഇല്ലാത്ത ആരെയും, അതിനു പൂർണ്ണ സമ്മതമില്ലാത്ത ആരെയും, ഞങ്ങൾ കൂട്ടത്തിൽ ചേർക്കില്ല.

'എനിക്ക് മനസ്സിലാകുന്നുണ്ട്'- ഞാൻ പറഞ്ഞു

ഞങ്ങൾ ആ കോഫീ ഷോപ്പിൽ നിന്നും നിരത്തിലേക്ക് ഇറങ്ങി. വൈകുന്നേരത്തിനു ആകാശം ചുവന്ന ചായം പൂശിക്കൊണ്ടിരുന്നു... അയാൾ എന്റെ തോളിൽ കൈവെച്ചു എന്നിട്ടു പറഞ്ഞു.

'ഋഷഭ്, നിങ്ങളൊരു നല്ല മനുഷ്യനാണെന്നു ഞാൻ വിശ്വസിക്കുന്നു. ഒന്നറിഞ്ഞോളൂ... ഞാനൊരു ആരോഗ്യമുള്ള, ജീവസുറ്റ മനുഷ്യനായിരുന്നു എങ്കിൽ ആത്മഹത്യയെ ഏറ്റവും വെറുക്കുന്ന ഒരാളായേനെ. പക്ഷേ ഞാൻ എന്റെ ശരീരത്തിൽ നിന്നും ചിന്തിക്കുമ്പോൾ അങ്ങനെ ആല്ല തോന്നുന്നത്. നിങ്ങൾക്കും അങ്ങനെ ചിന്തിക്കാവുന്നതാണ്... ചില ശരികൾ അവിടെയും കണ്ടേക്കാം...

ഞാൻ ഒന്ന് നിന്നു, തമ്മിൽ കണ്ടിട്ട് ഇത്ര നേരം ആയെങ്കിലും, എന്നെ അധികം സംസാരിക്കാൻ അയാൾ സമ്മതിച്ചിരുന്നില്ല. അയാൾ തന്നെയാണ് സംസാരിച്ചു കൊണ്ടിരുന്നത്. എന്റെ മനസ്സ് അവസാനം പറഞ്ഞ വാചകത്തിൽ തട്ടി നിന്നു.

'നിങ്ങളെ ഞങ്ങളുടെ അടുത്തേക്ക് അയച്ചവരോട് പറയണം, പറഞ്ഞു മനസ്സിലാക്കണം... ഞങ്ങൾ അവർ വിചാരിക്കും പോലെ പ്രശ്നക്കാരല്ല എന്ന്.

ഞാൻ മരവിച്ച പോലെ നിന്നു. അയാൾ തുടർന്നു...

'നമ്മൾ തമ്മിൽ ഇനിയൊരിക്കലും കണ്ടെന്നു വരില്ല... നിങ്ങൾക്ക്

ഞാൻ ദീർഘായുസ്സ നേരുന്നു. നിങ്ങളുടെ ആ വ്യാജ മെഡിക്കൽ റിപ്പോർട്ടിന്റെ ആവശ്യം ഇനി ഇല്ല. നിങ്ങളെ കാണാൻ സാധിച്ച തിനും, ഇത്ര നേരം എന്റെ വാക്കുകൾ കേട്ടിരുന്നതിനും ഒരു പാട് നന്ദിയുണ്ട്... അപ്പോൾ ഗുഡ് ബൈ, ഋഷഭ്'

അയാൾ ഞങ്ങൾ നിന്നതിനു എതിർ ദിശയിലേക്കു തിരക്കിനി ടയിലൂടെ നടന്നു പോയി. ഞാൻ പെട്ടെന്ന് ഉണ്ടായ മൗഢ്യത്തിൽ തരിച്ചു നിൽക്കുകയാണ്. ഞാൻ ചിന്തകളിലേക്ക് വന്നപ്പോൾ, അയാൾ തിരക്കിൽ അലിഞ്ഞു ചേർന്നിരുന്നു.

തിരികെ വീട്ടിലേക്കു ഡ്രൈവ് ചെയ്യുമ്പോൾ എന്റെ പോലീസ് സുഹൃത്തുക്കൾ വിളിച്ചു. അവർ എന്നെ കാത്തു വീട്ടിൽ ഇരിക്കുക യാണ്. ഞാൻ കാണാൻ പോകുന്ന കാര്യം അവരോടു പറഞ്ഞിരുന്നു. യുണിഫോമിലല്ലാത്ത രണ്ടു കോൺസ്റ്റബിൾമാരെ കൂടെ അയക്കാം എന്ന് അവർ പറഞ്ഞിരുന്നു, വേണ്ട എന്ന് പറഞ്ഞത് ഞാനാണ്. വീട്ടിൽ ചെന്ന് കയറിയ പാടെ അവർ ചോദിച്ചു...

'എന്തായി ?... കണ്ടോ ? എന്തെല്ലാം അറിഞ്ഞു ?'

ഞാൻ അവരുടെ മുഖത്ത് നോക്കി,

നിതിനെ പറ്റി ആലോചിച്ചു.

അയാൾ പറഞ്ഞ കാര്യങ്ങളെ പറ്റി ആലോചിച്ചു.

അത് ഇവരോട് പറയുന്നതിനെപ്പറ്റി ആലോചിച്ചു...

പറഞ്ഞു മനസ്സിലാക്കുന്നതിനെ പറ്റി ആലോചിച്ചു. ഒടുവിൽ ഞാൻ പറഞ്ഞു; 'ഇത്രയും നേരം, അവിടെ കുറ്റി അടിച്ചു നിന്നതു മാത്രം ബാക്കി, ഒരു പട്ടിയും വന്നില്ല'

അവർ ആകെ നിരാശരായി. ആകെ ഹോപ്പുണ്ടായിരുന്നത് തന്റെ കാര്യത്തിലാ.ബാക്കി ആർക്കും ഒരു ഡവലപ്മെന്റും ഉണ്ടാക്കാൻ കഴിഞ്ഞിട്ടില്ല' - അവർ കുണ്ഠിതപ്പെട്ടു.

ഞാൻ പറഞ്ഞു - 'ഇതൊക്കെ ഒരു തട്ടിപ്പാണെന്നാണ് എനിക്ക് തോന്നുന്നത്. നിങ്ങളൊക്കെ വെറുതെ നിങ്ങളുടെയും, എന്റെയും സമയം നഷ്ടപ്പെടുത്തുകയാണ്.'

അവർ ഹതാശരായി മടങ്ങി

കുറച്ചു നാളുകൾക്കു ശേഷം ഞാനറിഞ്ഞു... ഒരു സെപ്റ്റംബർ 10 ആം തീയതി, പുന്നമടക്കായലിൽ, ഒരു ഹൗസ് ബോട്ട് റിസോട്ടിൽ, അതിന്റെ ഉടമസ്ഥനടക്കം അഞ്ചു പേർ, മദ്യത്തിലും ജ്യൂസിലും വിഷം കലർത്തി കുടിച്ചു, കൂട്ട ആത്മഹത്യ ചെയ്തിരിക്കുന്നു. അതും പത്ര ത്തിന്റെ ഒരു ചെറിയ കോളം ന്യൂസ് മാത്രം. അവരുടെ പബ്ലിസിറ്റി

പോലെ, സൂയിസൈഡ് സ്ക്വാഡിന്റെ മരണം ഒരു സാമൂഹിക മാധ്യമവും ഏറ്റെടുത്തില്ല. ഒരു നീതി ന്യായ വ്യവസ്ഥകളിലും അത് ഒരു മാറ്റവും ഉണ്ടാക്കിയില്ല... ആരും അവരുടെ മരണത്തെ പറ്റി ചർച്ച ചെയ്തില്ല. ജനം അത് മറന്നിരുന്നു.

ഒരു പക്ഷേ, കൂടെ ചേരാൻ പുറപ്പെട്ടവരൊക്കെ, പാതി വഴിയിൽ കൊഴിഞ്ഞിട്ടുണ്ടാവും...

ഒരു വനരോദനം പോലെ, എന്റെ ചെവിയിൽ അയാളുടെ വാക്കുകളും, കണ്ണിൽ അയാളുടെ പുഞ്ചിരിക്കുന്ന മുഖവും മാത്രം ബാക്കിയായി.

●

# ഭൂമിയും ജലവും

തലേന്ന് ഉച്ചയോടുകൂടി തുടങ്ങിയ മഴ അപ്പോഴും തോർന്നിട്ടുണ്ടായിരുന്നില്ല. അയാൾ ആകാശത്തേക്ക് നോക്കി. ഉടനെയൊന്നും തോരുന്ന ലക്ഷണവും കാണുന്നില്ല. മേഘങ്ങൾ പലദേശങ്ങളിൽ നിന്നും വന്നു ചേരുന്നു

മഴ വെള്ളം മുറ്റത്തു കെട്ടിക്കിടക്കുന്നു

അയാൾ അകത്തേക്ക് നോക്കി വിളിച്ചു പറഞ്ഞു.

'എടിയേ... ആ തോർതിങ്ങു എടുത്തേ...'

അകത്തുനിന്ന് മറുപടി ഒന്നും കേൾക്കാതായപ്പോൾ അയാൾ വീണ്ടും വിളിച്ചു.

'എടിയേ... നീ കേട്ടില്ലേ.?'

അകത്തുനിന്ന് അയാളുടെ ഭാര്യ ഒരു തോർത്തും കൊണ്ട് പുറത്തിറങ്ങി വന്നു. അവരുടെ മുഖം അയാളോടുള്ള പരിഭവം കൊണ്ട് കനത്തു തുങ്ങിയിരുന്നു.

'ഇത് ഇതുവരെ തീർന്നില്ലായോ ?' അവരുടെ മുഖത്തെ പരിഭവം കണ്ടിട്ട് അയാൾ ചോദിച്ചു.

അവർ അയാളെ ദേഷ്യത്തോടെ നോക്കി, മുഖം വെട്ടിച്ച് അകത്തേക്ക് പോയി. അയാൾ ആ തോർത്ത് തലയിൽ കെട്ടി, ചായ്പ്പിൽ നിന്നും തുമ്പയെടുത്ത് പുറത്തിറങ്ങി. ആകാശം തണുത്ത വെള്ളിത്തുള്ളികൾ ഉരുക്കിയൊഴിക്കുന്നത് പോലെ.അയാളുടെ ചുളിവുകൾ വീണ തോളിലും കൈകളിലും ആകാശത്തിന്റെ കണ്ണുനീർതുള്ളികൾ വീണ് പൊട്ടിച്ചിതറി. അയാൾ തൊടിയിലേക്ക് ഇറങ്ങുന്ന പടിക്കെട്ടുകൾ ക്കും വളർന്നു മുറ്റിയ തുമ്പച്ചെടിക്കും ഇടയിലുള്ള കൈതോടിൽ

ഒന്നു ആഞ്ഞുവെട്ടി.

നനഞ്ഞ മണ്ണിൽ ഇരുമ്പ് ആഴ്ന്നിറങ്ങി

മുറ്റത്ത് കിടന്ന വെള്ളം പിന്നിക്കെട്ടിയ മുടി പോലെ തൊടിയിലേക്ക് ഒഴുകാൻ തുടങ്ങി. അയാൾ വീടിനുള്ളിലേക്ക് ഒന്ന് പാളി നോക്കി, തന്റെ ഭാര്യ പുറത്തെങ്ങാനും വന്നു നിൽപ്പുണ്ടോ. സാധാരണയായി അങ്ങനെ ചെയ്യാറുള്ളതാണ്. ഇല്ല, പറഞ്ഞതിന്റെ പരിഭവം തീർന്ന മട്ടില്ല.

എന്നാൽ അങ്ങനെ തന്നെ ആവട്ടെ എന്ന് വിചാരിച്ച് അയാൾ പതിയെ തൊടിയിലേക്ക് ഇറങ്ങി. മഴ നനഞ്ഞു കുതിർന്ന പടിക്കെട്ടിൽ കാലുകൾ വഴുതുന്നു.

കുറച്ച് ബ്ലീച്ചിംഗ് പൗഡർ വാരിയിടണം,അയാളോർത്തു. തൊടിയിലെ പ്ലാവിൽ കൊടുത്തുവച്ചിരുന്ന കുരുമുളക് വള്ളികൾ ഇളകി പറിഞ്ഞുകിടക്കുന്നു. അയാൾ കാറ്റിനെ പഴിച്ചുകൊണ്ട് അതിനെ നേരെയാക്കി.

'എന്നാ വല്യച്ചായാ, മഴയത്തു പറമ്പില് പണി? പനി പിടിക്കത്തില്ലായോ'- വീടിനു അഭിമുഖമായി കിടക്കുന്ന പഞ്ചായത്തു റോഡിലൂടെ കുടയും പിടിച്ചു നടന്നു പോകുന്ന ജോണി ചോദിക്കുന്നു.

'എന്നാടാ ജോണിയെ, മഴയാണെന്നും പറഞ്ഞു പെരയ്ക്കകത്തു കുത്തി ഇരുന്നാ നടക്കുവോ ?'

'ഇനിയിപ്പോ ഇരുന്നാലും എന്നാ അച്ചായോ, പിള്ളേരൊക്കെ ഒരു വഴിയായില്ലേയോ, ഇനി കുറച്ചുനാള് പെരേയ്ക്കകത്തു ഇരിക്കരുതോ ?'

'അങ്ങനെ കുത്തി ഇരുന്നാ പിന്നെ മനുഷമ്മാരെ കൊണ്ട് എന്നാത്തിനു കൊള്ളും,ഇതൊക്കെയും നമ്മടെ പിള്ളേര് തന്നെയല്ലയോ?' കുരുമുളകിന്റെ കൊടി തൊട്ടു തലോടിക്കൊണ്ടു അയാൾ പറഞ്ഞു.

ജോണി ചുറ്റുപാടും ഒന്ന് വീക്ഷിച്ചിട്ടു ചോദിച്ചു 'കുഞ്ഞമ്മാ എന്തിയേ? കണ്ടില്ലല്ലോ...' സാധാരണയായി അയാൾ തൊടിയിൽ പണിക്കു ഇറങ്ങുന്ന സമയത്തു ചുറ്റിലെവിടെയെങ്കിലും മുണ്ടും ഇടുപ്പിൽ കുത്തി അയാളുടെ ഭാര്യയും വല്ല ചെടിയോ അടിക്കാടോ ചെത്തിക്കൊണ്ട് നിൽപ്പുണ്ടാവും, മഴയായാലും, വെയിൽ ആയാലും.

കാണാത്തതു കൊണ്ടാണ് ജോണി ചോദിച്ചത്.

അയാൾ ആകാശത്തേക്ക് ഒന്ന് നോക്കി.മഴയുടെ ശക്തി ഒന്ന് കുറയുന്നു.മഴയുടെ വിയർപ്പാറ്റാനെന്ന വണ്ണം ഇളം കാറ്റ് വീശുന്നു. അയാൾ തലയിൽ കെട്ടിയ തോർത്തഴിച്ച്, ശരീരം തുടച്ചു.

അയാൾ പതിയെ പറമ്പിനതിരിലേക്കു, ജോണിക്കു അടുത്തേക്ക്

ചെന്നു. ശരീരം തുടച്ച തോർത്ത് കഴുത്തിലേക്ക് ഇട്ട്, അയാൾ പറഞ്ഞു

'അവളെന്നോട് കെറുവിച്, അകത്തു കുത്തിയിരിക്കവാ'

ജോണി അത്ഭുതത്തോടെ ചോദിച്ച 'അതെന്നാ, അങ്ങനെ പതിവുള്ളത് അല്ലല്ലോ' - സത്യമാണ്, കഴിഞ്ഞ മുപ്പത്തി ഒൻപതു കൊല്ലത്തെ ദാമ്പത്യ ജീവിതത്തിൽ അങ്ങനെ പിണങ്ങി എന്ന് പറയാൻ ഓർമ്മയിൽ പോലുമില്ല - അയാളോർത്തു.

'ആന്നെടാ, ഇളയവൻ പീറ്ററിന്റെ പെണ്ണിന് ഇപ്പൊ ആറാം മാസം നടപ്പാ'

'അവനങ്ങ് ബാംഗ്ലൂരിൽ അല്യോ ?' - ജോണി ഇടയ്ക്കു കയറി ചോദിച്ചു.

'അതല്ലേടാ, നമ്മക്ക് ഇപ്പൊ എല്ലാം ഇട്ടെറിഞ്ഞു അങ്ങോട്ട് പോകാൻ പറ്റുവോ ?, അപ്പ പിന്നെ പോണം എന്ന് പറഞ്ഞു വാശി പിടിച്ചാ എന്നാ ചെയ്യാനാ'

'ഇടയ്ക്കു ഒന്ന് പോയിട്ടു വരുന്നതിൽ തെറ്റില്ല വല്യച്ചായാ, ഒരു രണ്ടു മൂന്നു ദിവസം കൊണ്ട് പോയിട്ട് വരാമല്ലോ'

'അതും ഞാൻ പറഞ്ഞതാടാ, അവിടെ നിന്ന് പേറ് നോക്കണം എന്നൊക്കെ പറഞ്ഞാ നടക്കണ കാര്യമാണോ ? ഇവിടെ നമ്മള് പിള്ളേരെ പോലെ നോക്കുന്ന കൃഷിയും മൃഗങ്ങളെയുമൊക്കെ കളഞ്ഞിട്ടു അങ്ങ് പോകാനൊക്കുവോ' ഒരു രഹസ്യം പറയുന്ന മട്ടിൽ ജോണിയുടെ അടുത്തേക്ക് ചെന്ന് അയാൾ പറഞ്ഞു, 'അത് മാത്രമല്ലടാ, അവക്കടെ അപ്പന് നമ്മളെയൊക്കെ ഒരു പുച്ഛമാ, കർഷകനെന്നൊക്കെ പറഞ്ഞാ ഏതാണ്ട് തോട്ടിപ്പണിയാണെന്ന മട്ടിലാ അയാക്കടെ പെരുമാറ്റം. ഈ കൃഷി കൊണ്ട് തന്നെയല്ല്യോ ഞാൻ മൂന്നെണ്ണത്തിനെ പഠിപ്പിച്ചു ഒരു കര പറ്റിച്ചേ... ഇതൊക്കെ തനിയേ ഒണ്ടാകുവോ...'

'അത് നേരാ വല്യച്ചായാ, ഒരു നിലയൊക്കെ വന്ന യോഗ്യന്മാർക്കു കൃഷിപ്പണി എന്ന് കേട്ടാ ഒരു മാതിരി നെറ്റിചുളിയാ... ഇവനൊക്കെ കോട്ടും ടൈയ്യും അഴിച്ചു വെച്ച്, കയ്യും കഴുകി അത്താഴത്തിനു വന്നിരിക്കുമ്പോ വല്ലതും കിട്ടണമെങ്കി നമ്മള് മണ്ണില് പണിയെടുക്കണം !'

'അതാണ്... നീ പറഞ്ഞതാണ് കാര്യം' അയാൾ അത് ശരിവെച്ചു 'ഇവനൊക്കെ കമ്പൂട്ടര് പുഴുങ്ങി കൊടുക്കണം... ഇരുപത്തിനാലു മണിക്കൂറും അതിന്റെ മുന്നിലാ, ഇവിടേം ഉണ്ട് ഒരു ടീവി, ഞാനോ അവളോ കാണാറില്ല !'

അതിനോടെന്തോ മറുത്തു പറയാൻ ഭാവിച്ചു പിന്നെവേണ്ടന്നൊഴിവാക്കി ജോണി പറഞ്ഞു 'നമ്മടെ വട്ടക്കനാലിൽ വെള്ളം നിറഞ്ഞു

കെടക്കുവാണെന്നു ജങ്ഷനിൽ പറേന്ന കേട്ടു, ഡാം എങ്ങാണ്ടും പൊക്കി പോലും. മഴ ഒന്ന് തോർന്നു കിട്ടിയാ മതിയാരുന്നു...'

അയാൾ ജോണി പറഞ്ഞത് കേട്ടെങ്കിലും, അത് ശ്രദ്ധിക്കാതെ ഭാര്യയുടെ വഴക്കിനെയും പിണക്കത്തേയും കുറിച്ച് തന്നെ ആലോചിച്ചു നിൽക്കുകയായിരിക്കുന്നു.

അയാളുടെ ചിന്ത ജോണിയിലേക്കും ബാധിച്ച മാതിരി അവനും കുറച്ചു നേരം ചിന്താമഗ്നനായി നിന്നു. പെട്ടെന്നെന്തോ ഓർത്തത് പോലെ പറഞ്ഞു.

'ഞാനെന്നാപ്പിന്നെ അങ്ങോട്ട് നടക്കട്ടെ... കൊച്ചിനൊരു പൊടി വാങ്ങണം എന്നവള് പറഞ്ഞു വിട്ടതാരുന്നു...'

അയാളൊന്നു തല അനക്കി ജോണിയുടെ യാത്ര നോക്കി നിന്നു. അയാൾ തന്റെ മൂന്നു മക്കളെക്കുറിച്ചും ആലോചിക്കുകയായിരുന്നു. ഒരാളെയെങ്കിലും കൃഷിപ്പണി പഠിപ്പിച്ചു കൂടെ നിറുത്തണം എന്ന് അയാളാഗ്രഹിച്ചു. മൂത്തവൻ ആന്റണി മലേഷ്യയിലേക്ക് ബിജുമോന്റെ കൂടെ അവന്റെ ബിസിനസ് പാർട്ണർഷിപ്പെന്നും പറഞ്ഞു പോയപ്പഴും, ലിസി നേഴ്സിങ്'പഠിച്ചു ഖത്തറിലേക്ക് പോയപ്പോഴും പീറ്ററ് കൂടെ കാണും എന്ന് വിചാരിച്ചതാണ്. അവന് കൃഷിയേക്കാളും കമ്പ്യൂട്ടറാണ് പഥ്യം. കല്യാണം വരെ തിരുവനന്തപുരത്തുനിന്നും ആഴ്ചയിൽ ഒരിക്കൽ വന്നു പോകുമായിരുന്നു. കെട്ടു കഴിഞ്ഞതോടെ അവനും ബാംഗ്ളൂരിലേക്കു മാറ്റം വാങ്ങിച്ചു അവിടെ പൊറുതി തുടങ്ങിയത്തിൽ പിന്നെ അയാളും കുഞ്ഞമ്മയും മാത്രമായി. ക്രിസ്മസിന് വന്നാൽ ഭാഗ്യം. അതും മൂന്നു പേരെയും ഒരുമിച്ചു കിട്ടാറില്ല. പലർക്കും പലപ്പോഴാണ് ലീവ് കിട്ടുന്നത്. വന്നു കഴിഞ്ഞാലും അപ്പന്റെയും അമ്മച്ചിയേടെയും കൂടെ കഴിയാൻ സമയം കുറവാണ്... അധികവും യാത്രകളാണ്. വേരുകളിൽ നിന്നും വൃക്ഷം ഒരു പാട് വളർന്നു പോയിരിക്കുന്നു. വേരിനു ഇനിയും ശിഖരങ്ങൾ പറ്റിച്ചേർന്നിരിക്കണം എന്നത് അത്യാഗ്രഹം ആയിരിക്കും.

അയാൾ തൊടിയിലെ മരങ്ങളിലും ചെടികളിലും തൊട്ടു തലോടി നടന്നു. ഇലകൾ അവ താങ്ങി നിറുത്തിയ ജലമുകുളങ്ങളെ,അയാളുടെ ബാഹ്യ ഇടപെടലിൽ ഭാരം താങ്ങാനാവാതെ മണ്ണിലേക്ക് ഒഴുക്കി കളഞ്ഞു.

'നിങ്ങളിങ്ങനെ നടക്കുന്ന കൊണ്ടാ... ഇല്ലെങ്കിൽ ഞാൻ പിള്ളേരുടെ കൂടെ പോയി പോറുത്തേനെ. എത്ര കാലമായി എന്നെ വിളിക്കുന്നു'

കുഞ്ഞമ്മയുടെ വാക്കുകൾ അയാളുടെ നെഞ്ചിൽ ഒരു

ച്ചുണ്ടക്കൊളുത്തു പോലെ കൊത്തി വലിച്ചു. നേരത്തോട്ടു നേരം കൂടുമ്പോ ആ വാക്കുകളുടെ ചിന്തകളിൽ മനസ്സു വല്ലാതെ വലിഞ്ഞു മുറിയുകയും വേദനിക്കുകയും ചെയ്തു,

ഒന്നും കരുതിയാവില്ല, ദേഷ്യത്തിന്റെ പുറത്തു പറഞ്ഞതായിരിക്കും - അയാളോർത്തു, അപൂർവമായി മാത്രം സംഭവിക്കുന്ന അത്തരം ദാമ്പത്യ വഴക്കുകൾ അയാളുടെ പഴമനസ്സിനെ വല്ലാതെ നോവിച്ചു.

തെങ്ങിന്റെ തടത്തിൽ കെട്ടിക്കിടന്ന മഴവെള്ളത്തിൽ പുളച്ചുകൊണ്ടു കിടന്ന ഒരു ചേര അയാളുടെ ശബ്ദം കേട്ട്, പരിഭവിച്ചു ഇഴഞ്ഞു പോയി.

ജീവിക്കാനുള്ളത് ഭൂമിയിൽ നിന്നും കിട്ടും. അതിനു വേണ്ടി ഭാഷയറിയാത്ത നാട്ടിൽ പോയി കിടന്നു പേടിച്ചു പേടിച്ചു പണിയെടുക്കേണ്ട കാര്യമുണ്ടോ ? ജീവിക്കാനുള്ളതെന്നു പറഞ്ഞാൽ ജീവിക്കാനുള്ളതാണ് !

അതാണ് ഭൂമിയിൽ നിന്നും കിട്ടുന്നത്! ആഡംബരത്തോടെ ജീവിക്കാനുള്ളത് വേണമെങ്കിൽ കന്നഡ നാട്ടിൽ പോയി കംപ്യൂട്ടർ പണിയെടുക്കണം!

നടന്ന് നടന്ന് അയാൾ പുരയിടത്തിന്റെ വടക്കേ അറ്റത്തുള്ള കവുങ്ങിന്റെ കീഴിൽ എത്തി. മഴ വീണ്ടു ചെറുതായിട്ട് പെയ്തു തുടങ്ങിയിരുന്നു. അയാൾ അതിന്റെ ബലിഷ്ഠമായ തടിയിൽ തൊട്ടുനിന്നപ്പോൾ വെറുതെ വലത്തേ കൈയ്യുടെ മുട്ടിൽ നിന്നും ഏതാണ്ട് തോള് വരെ നീളുന്ന ഒരു നീണ്ട വരയിൽ തലോടി. പഴയ ഒരു ധീരതയുടെ ഓർമ്മയാണ് !.

പേശിയുടെ ഉറപ്പ് അസ്ഥികളിൽ മുറുക്കെ പിടിച്ച കാലത്തു നടന്നതാണ്. അന്ന് കവുങ്ങു മരത്തിനു ഇത്ര ദശക്കട്ടിയില്ല. ഇതുപോലെ തന്നെ മഴ പെയ്തുകൊണ്ടിരുന്ന ഒരു വൈകുന്നേരം. പ്ലാത്തോട്ടത്തിലെ തോമാച്ചനും, കുഴിവിളയിലെ സുധാകരനും, ട്രെയിൻ കേറി ചത്ത കുട്ടനുമൊക്കെ ചുറ്റിനും നിന്ന് കൈയ്യടിച്ചു. വഴുക്കലുള്ള കവുങ്ങു തടിക്കു കുറുകെ ശരീരം ഒട്ടിച്ചു ചേർത്ത് നിരങ്ങി നിരങ്ങി കയറി. ഓരോ ചാൺ കയറുമ്പോഴും, താഴെനിന്നും കൂട്ടുകാരുടെ കയ്യടിയും കൂക്ക് വിളിയും ആവേശം കയറ്റി.

ഒടുവിൽ ഉയരത്തിലെത്തിയപ്പോൾ, ജേതാവിന്റെ ആവേശത്തിൽ സുഹൃത്തുക്കളെ കൈ ഉയർത്തി അഭിവാദ്യം ചെയ്തതാണ്. മറു കയ്യിലെ പിടിത്തം വിട്ടു താഴേക്ക് പതിച്ചു. മരക്കുറ്റിയിൽ കൊണ്ട് കുറെ ഭാഗത്തെ മാംസം പിളർന്ന് വെളുത്ത എല്ല് വായു ശ്വസിച്ചു. പിന്നീട് അതും ഒരു ധീരതയുടെ അടയാളമായി.

'ഔസേപ്പിനെ കൊണ്ടേ ഇതൊക്കെ പറ്റൂ, അവന്റെ കയ്യിലെ മുറിവ് കണ്ടാ !'

എന്നൊക്കെ സുഹൃത്തുക്കൾ ചായക്കട സംഭാഷണത്തിനിടെ പറയുന്നതു കേൾക്കുമ്പോൾ അയാൾ ഉള്ളാലെ സന്തോഷിച്ചിരുന്നു. ആ വീര പരിവേഷം തന്നെയാണ് അയാളെ കൊണ്ട് ജീവിതത്തിലെ പല സാഹസങ്ങളും ചെയ്യിക്കാനും, അസാധ്യമെന്നു കരുതിയത് പലതും നേടാനും പ്രാപ്തനാക്കിയത്. അത് അയാളെ ഇത് വരെ കൊണ്ടെത്തിച്ചു. ആർക്കും വേണ്ടാതെ കിടന്ന മലഞ്ചരിവു ഉഴുതു മറിച്ചു കൃഷി യോഗ്യമാക്കി അവിടെ പൊന്നു വിളയിച്ചു. യുദ്ധം ചെയ്തത് ഭൂമിയോടും ജലത്തിനോടും മാത്രമായിരുന്നില്ല. ഒന്നിനും കൊള്ളാതെ കിടന്ന് മണ്ണ് ഋതുമതിയായ പെണ്ണിനെപ്പോലെ പുഷ്പിതയായപ്പോൾ, കൈയ്യേറ്റക്കാരും വന്നു. അങ്ങനെ മണ്ണിനോടും ജലത്തിനോടും വിളകൾ തിന്നാൻ വന്ന പ്രാണിക്കൂട്ടത്തിനോടുമെന്ന പോലെ തന്നെ അയാൾ മനുഷ്യനോടും മല്ലടിച്ചു നേടിയതാണ്. ഇപ്പോഴും കുറവില്ലാത്ത ആരോഗ്യത്തിന്റെ ഊക്കു തന്നെയാണ് അയാളുടെ കൈയായുധം. മഴയെ വെല്ലുവിളിച്ചു നനഞ്ഞ മണ്ണിനെ കുത്തി മറിക്കുമ്പോഴും അയാളുടെ നെഞ്ചിലെ ഇരുമ്പിന്റെ കരുത്ത് തന്നെയാണ് മണ്ണിനെ കീഴടക്കിയത്. 'നിങ്ങളിങ്ങനെ നടക്കുന്ന കൊണ്ടാ... ഇല്ലെങ്കിൽ...' - ഇരുമ്പു പോലത്തെ അയാളുടെ മനസ്സിനെയും വിള്ളൽ വീഴ്ത്തുന്ന വരികൾ നെഞ്ചിൽ മുഴങ്ങിക്കേൾക്കുന്നു

'പൂയ്... വല്യച്ചായോ... പൂ... യ്!' - റോഡിൽ നിറുത്തിയ ജീപ്പിൽ നിന്നും ആരോ വിളിച്ചു. റോഡിൽ നിന്നും ഒരുപാട് ദൂരെ നിന്ന അയാൾക്ക്, അത് ആരാണെന്നു മനസ്സിലായില്ല !.

'ആരാടാ അത് ?' - അയാൾ വിളിച്ചു ചോദിച്ചു.

അതിനു മറുപടി പറയാതെ അയാൾ വിളിച്ചു പറഞ്ഞു - 'നിങ്ങടെ താഴെകണ്ടത്തില് വെള്ളം കേറിയെന്നു മെമ്പറുടെ വാട്സാപ്പ് മെസ്സേജ് വന്നിട്ടുണ്ട്. ഡാം തുറന്നിട്ടുണ്ട് പോലും. നിങ്ങടെ വിള വെള്ളത്തിലായ മട്ടിലാ. വട്ടക്കാനാല് നിറഞ്ഞു കവിയുവാ...'

ഏതവനാണോ ? അയാൾ മനസ്സിൽ പറഞ്ഞു. ദൂരെക്കാഴ്ച ഇപ്പൊ ബുദ്ധിമുട്ടാണ്. വട്ടക്കനാല് പൊങ്ങി താഴേക്കണ്ടം വരെ കേറാൻ എന്നാ, അറബിക്കടലാണോ?

ഡാമിലെ വെള്ളം നിറയുമ്പോ വട്ടകായലിലേക്ക് തുറന്നു വിടും. വട്ടക്കായലിലേക്കു പോകുന്ന കനാൽ ആയതു കൊണ്ട് വട്ടക്കനാൽ എന്ന് പേര് വീണു. കുഞ്ഞിലേ ആന്റണിയും പീറ്ററും ആ വട്ടക്കനാലിൽ ആണ് നീന്താൻ പഠിച്ചതെന്ന് അയാളോർത്തു.

അയാൾ പറമ്പിൽ നിന്നും താഴെ കണ്ടത്തിൽ പോയി പറഞ്ഞത് സത്യമാണോ എന്ന് ഒന്ന് നോക്കാൻ തന്നെ തീരുമാനിച്ചു.

അപ്പോഴേക്കും മഴയുടെ ശക്തി ഒന്നു കൂടെ കൂടിയിരുന്നു. അയാൾ തന്റെ പറമ്പിൽ നിന്നും താഴേക്കു നടന്നു തുടങ്ങി. പലപ്പോഴായി അയാൾ തന്നെ നട്ടു വളർത്തിയ മരങ്ങൾ ആകാര രൂപം പൂണ്ടു നിൽക്കുന്നു. അയാളെ കണ്ടതും അവ സൗഹൃദപരമായി കാറ്റത്തു തലയാട്ടുന്നതുപോലെ തോന്നി. ഇടയിൽ കുറച്ചു മറ്റു ജാതിക്കാരുടെ പറമ്പുകൾ ഉണ്ട്. അയാളുടേത് തന്നെ ആയിരുന്ന സ്ഥലമാണ്, പക്ഷേ ലിസിയുടെ കല്യാണം വന്ന സമയത്തു കുറച്ചു നായന്മാര് വന്നു സ്ഥലം കൊടുക്കുന്നോ എന്ന് ചോദിച്ചു. പൈസക്ക് ആവശ്യം ഉണ്ടായിരുന്നത് കൊണ്ട് അയാൾ കൊടുത്തതാണ്. എന്നാൽ പോലും ഇപ്പോഴും എവിടയോ മറഞ്ഞു കിടക്കുന്ന സർവേ കല്ലിന്റെയല്ലാതെ വേറെ വേർതിരിവില്ലാതെ ഒന്നായി കഴിയുന്ന പുരയിടങ്ങൾ. ആരെങ്കിലും, എന്നെകിലും ഒരു വേലി കെട്ടി തിരിക്കുന്നത് വരെ അതങ്ങനെ ഒന്നായി കിടക്കുന്നതു കാണുന്നത് അയാൾക്ക് സന്തോഷമുള്ള കാര്യമാണ്. അതിനും താഴെ ചെറിയ ഇറക്കമാണ്. അയാൾ വരമ്പ് ചാടി താഴേക്ക് നടന്നു.

കുറച്ചു കൂടെ താഴേക്ക് ചെന്നപ്പോൾ കുറുവൻ പറമ്പു കയറി വരുന്നത് കണ്ടു. അയാളുടെ പറമ്പിലെ ജോലിക്കാരനാണ്.

'എന്തോ ചെയ്യാനാ... വെള്ളം കേറിക്കിടക്കുവാണ്, ആ വെള ഇനി നോക്കണ്ട'- കുറവാണ് അയാളെ നോക്കി ദുഃഖം പറഞ്ഞു.

അയാളുടെ നെഞ്ചോന്നിടിച്ചു. പറഞ്ഞത് സത്യമാണെന്നു വരുമോ?

അയാളുടെ നടത്തത്തിന്റെ വേഗം കൂടി... തെങ്ങിൻ തോപ്പ് കഴിഞ്ഞപ്പോ വെള്ളം കുത്തഴിയൊഴുകുന്ന ശബ്ദം കേൾക്കാമെന്നായി. അയാൾ വേഗം താഴേക്കു നടന്നു. അവിടെ കണ്ട കാഴ്ച അയാളെ സ്തബ്ധനാക്കി. വട്ടക്കായൽ പരന്നു കിടക്കും പോലെ... കുത്തിയൊഴുകുന്ന കറുത്ത ജലം. മരച്ചീനി തോട്ടവും. സക്കറിയയുടെ പടവലത്തോട്ടവും ചെമ്മൺറോഡും ഒക്കെ വെള്ളത്തിനടിയിലായി.

വലിയ നഷ്ടം തന്നെ വരും !

ആ നഷ്ട ബോധത്തിനിടയിലും കറുത്ത ജലം കുത്തിയൊഴുകുന്ന കാഴ്ച അയാളെ കൗതുകം കൊള്ളിച്ചു. പണ്ട് മല വെള്ളം വരുമ്പോ കൂട്ടുകാരുമായി പന്തയം വെക്കുമായിരുന്നു കുറുകെ നീന്തി അക്കരെ ചെല്ലണം. കൂട്ടത്തിൽ അതിനു കഴിഞ്ഞത് അയാൾക്ക് മാത്രമാണ്. ഒരുത്തൻ പാതി വഴിക്കു വെച്ച് ഒലിച്ചു പോയതും പിന്നീട് പാതി

ചത്തവനെ മുടിക്ക് കുത്തിപ്പിടിച്ച് കരയിൽ കൊണ്ട് കയറ്റിയതും അയാൾ ഓർത്തു,

ആ കരുത്ത് ബാക്കിയുണ്ടാകുമോ ? അയാൾ സ്വയം ചോദിച്ചു... 'പൂർണ്ണമായി നഷ്ടപ്പെട്ടിരിക്കാൻ തരമില്ല'

സ്വയം ചോദിച്ച ആ ഒരു ചോദ്യത്തിന് മറുപടി അറിയാതെ അയാൾക്ക് സമാധാനമില്ലെന്നായി... പതിയെ, വളരെ സാവധാനത്തിൽ അയാൾ കഴുത്തിൽ കിടന്ന തോർത്ത് ഊരി നിലത്ത് വിരിച്ചു. ഉടുമുണ്ടഴിച്ച് അതിനകത്ത് ഭദ്രമായി വെച്ചു. ട്രൗസറിനെ ഒന്ന് മുകളിലേക്ക് വലിച്ച് കയറ്റി. അതിന്റെ കെട്ടഴിച്ച് ഒന്നുകൂടെ മുറുക്കി കെട്ടി. അയാൾ ആ പ്രളയ ജലത്തിലേക്ക് കുതിച്ച് ചാടി നീന്തി.

ശക്തിയോടെ കുത്തിയൊഴുകുന്ന ജലപ്രവാഹത്തിനു നെടുകെ പിളർന്നു കൊണ്ട് അയാൾ നീന്തി... പെട്ടെന്ന് എന്തിനെന്നറിയാതെ, ഒട്ടും ചിന്തിക്കാതെ ആ വരികൾ അയാളുടെ മനസ്സിൽ കടന്നുവന്നു...

പെട്ടെന്ന് അയാൾ ശ്വാസം അകത്തേക്ക് വലിച്ചു... കുറച്ച് ജലം, അയാളറിയാതെ കുത്തിയൊഴുകി അകത്തേക്ക് പോയി. അയാൾ ഒന്ന് പിടച്ചു

കറുത്ത ജലത്തിന് മുകളിൽ കറുത്ത ജലം വന്നു കയറിക്കൊണ്ടിരുന്നു...

●

# അജ്ഞാതൻ

കാലം കഴിയാറായ ടാറ്റാ ഇൻഡിക്ക മുരണ്ടു നീങ്ങി. അതിന്റെ രണ്ടു പ്രകാശ ഗോളങ്ങൾ ഇരുളിനെ തുടർച്ചയായി കീറി മുറിച്ചു കൊണ്ടിരുന്നു...

വളയം പിടിച്ച പയ്യൻ പാഞ്ഞു പോകുന്ന കാറ്റിലേക്കു ഒരു മൂളിപ്പാട്ട് ഊതി വിട്ടു. സഖാവ് സീ ആർ മുന്നിലെ സീറ്റിലിരുന്നു പുറത്തു നോക്കി എന്തോ ആലോചിക്കുന്നുണ്ടായിരുന്നു. എൻജിന്റെ മുരൾച്ചയ്ക്കു മേലെ മാത്യൂസിന്റെ ശബ്ദം ഉയർന്നു കേട്ടു.

'സഖാവെ, നിങ്ങള് പ്രസംഗിക്കുമ്പോ എന്തോ ഒരു വാക്കു പറഞ്ഞല്ലോ... ഭാഗ്യാ... ഭാഗ്യന്തരേ... ശ്ശെ... വരണില്ല!... ഇതൊക്കെ ശ്രീകണ്ഠേശ്വരത്തിന്റെ ശബ്ദ താരാവലിയിൽ ഉള്ളത് തന്നെ ??? അതോ... ഒരു കനത്തിനു ഇട്ടതാ ??'

സീ ആർ മാത്യൂസിനെ ഒന്ന് ഇരുത്തി നോക്കുക മാത്രം ചെയ്തു.

(ഡ്രൈവറെ നോക്കി) മാത്യൂസ് - ഡേയ്... ഹരി കൃഷ്ണൻ മടത്തറ... (ഒന്നാലോചിച്ചു) അതോ മടപ്പാറയാ ? ഒന്ന് പുള്ള് ഓവർ ചെയ്യു, സാറിനൊന്നു പാത്തണം.'

ഡ്രൈവർ പയ്യൻ ഒന്ന് തിരിഞ്ഞു നോക്കി, വണ്ടി ചവിട്ടി വിട്ടു.

'ഡേയ്, അടിച്ച സാമാനം അകത്തു കിടക്കയാണ്, നീ നിർത്തണാ അതോ ഞാൻ വണ്ടിയ്ക്കകത്തു സാദിക്കട്ടാ ?'

മറുപടി പറഞ്ഞത് സീ ആർ ആണ്...

'ഇയാളൊന്ന് അടങ്ങി ഇരിക്ക്... മനുഷ്യനെ ഉപദ്രവിക്കാൻ.!

(ഡ്രൈവറെ നോക്കി )... ആ മംഗലപുരം കഴിഞ്ഞു കുറച്ചു സ്ഥലം ഉണ്ട്... അവിടെയെങ്ങാനം നിർത്തി കൊട്... കിട്ടണ കള്ളും വലിച്ചു

കേറ്റി... !

മാത്യൂസ് കുടിച്ചാൽ ഇങ്ങനെയാണ്, കുടിച്ചിട്ടുണ്ടെന്ന പത്താളെ അറിയിക്കണം... ഞാനും സീ ആറും കഴിച്ചിട്ടുണ്ട്... ഉള്ളതും വയറ്റിലിട്ട മിണ്ടാതെ ഇരിക്കും. സി ആറിന്റെ വകയായിരുന്ന ചിലവ്, പാർട്ടി മീറ്റിങ്ങിന ശേഷം.

'കള്ളു വലിച്ചു കേറ്റി പോലും... നിങ്ങളൊന്നും കുടിച്ചില്ല... ?? (എന്നെ ചൂണ്ടി) യെവൻ അന്യായ അടി അല്ലെ അടിച്ചത് ??'

'ഒന്ന് മിണ്ടാതെ ഇരിക്ക്'' സഹിക്ക വയ്യാതെ ഞാൻ പറഞ്ഞു.

'ഉവ്വാടെ... ഇപ്പൊ ഞാൻ കുടിയൻ... എനിക്കൊന്ന പാത്തണം !!'

മാത്യൂസ് പറഞ്ഞു കൊണ്ടേ ഇരുന്നു... ഞാൻ പുറത്തേക്കു നോക്കി... മിന്നി മായുന്ന പ്രകാശ ഗോളങ്ങൾ മാത്രം... പല വലിപ്പത്തിൽ... മഞ്ഞ, വെള്ള... കടുത്ത വെള്ള... ചുവപ്പ്... തിക്കിത്തിരക്കി പാഞ്ഞു പോകുന്ന ജീവിതങ്ങൾ... പല ദൂരങ്ങൾ താണ്ടി... പല ദൂരങ്ങൾ തേടി...

'ഇവിടെ വേണേൽ ഒതുക്കാം' - ഡ്രൈവർ പയ്യൻ പറഞ്ഞു.

'ഒതുക്കഡേയ്... !'- മാത്യൂസ് വിളിച്ചു പറഞ്ഞു.

വാഹനം റോഡിന് വശത്തെ പുൽത്തട്ടിലേക്കു ഇറക്കി നിറുത്തി. മാത്യൂസ് ഓടി ച്ചാടി പുറത്തിറങ്ങി... കുറ്റിക്കാട്ടിലേക്ക് കയറി കുത്തിയിരുന്നു. ഒന്ന് നടു നിവർക്കാൻ ഞാനും പുറത്തേക്കു ഇറങ്ങി.

ഒരു സ്വർണ്ണം പുറത്തെടുത്തു കത്തിച്ചു, പുക ആകാശത്തേക്കു പറത്തി വിട്ടു. ഇരുളിലേക്ക് നീല പുക ചുരുളുകൾ അലിഞ്ഞു ചേർന്നു. കുറ്റിക്കാട്ടിൽ നിന്നും മാത്യൂസ് ചാടി അടുത്തേക്ക് വന്നു.

'ഡേയ്, ഒരുത്തൻ അടിച്ചു വീലായിട്ടു കാട്ടിൽ കിടക്കുന്നു... ദോ അവിടെ... അത്രേം ഒന്നും ഇല്ലല്ലോ ഞാൻ !'

'എവിടെ ?'

മാത്യൂസ് കൈചൂണ്ടികാണിച്ചിടത്തേക്കു ഞാൻ നടന്നു. ആളും പേരും ഇല്ലാത്ത സ്ഥലത്തു,വെള്ളമടിച്ചു ഉറങ്ങുന്നവനെക്കാണാൻ ഉള്ള ഒരു കൗതുകം. ഒരു വശത്തേക്ക് ചരിഞ്ഞു കിടക്കുകയാണ്... പിൻഭാഗം കാണാം...

'എന്തോ പന്തികേട് പോലെ...'

ഞാൻ മൊബൈൽ എടുത്തു ടോർച് ഓൺ ആക്കി അയാൾക്ക് നേരെ കാണിച്ചു...

വെളുത്ത വസ്ത്രത്തിലേക്കു ഒഴുകിയിറങ്ങുന്ന ചോര... ഒന്ന് കണ്ടതെ ഉള്ളൂ...

'സീ ആറേ... ഒന്ന് വന്നേ... !' - ഞാൻ വിളിച്ചു പറഞ്ഞു.

വണ്ടിയിൽ നിന്നും പുറത്തിറങ്ങി നിന്ന സീ ആർ, മുണ്ടു മടക്കി കുത്തി നടന്നു വന്നു... പിന്നാലെ മാത്യൂസും.

ഞാൻ കിടക്കുന്ന ആളുടെ അടുത്തേക്ക് ചെന്ന്, മുഖത്തേക്ക് വെട്ടം കാണിച്ചു. രക്തം ഒഴുകി ഇറങ്ങുന്നു...

അയാൾ വേദന കൊണ്ട് ഒന്ന് മുരണ്ടു...

'ആക്സിഡന്റാണല്ലോ... ജീവനുണ്ട്'- സീ ആർ പറഞ്ഞു...

'എന്ത് വേണം ?' അനല്പമായ പരിഭ്രമം എനിക്കുണ്ടായിരുന്നു...

'കൊണ്ട് പോണം... അടുത്ത ഹോസ്പിറ്റലിൽ... ഇയ്യാള് ഒന്ന് പിടിക്ക്'

ഞാനും സീ ആറും ചേർന്ന് അയാളെ തൂക്കി എടുത്തു... എന്റെ കയ്യിലേക്ക് അയാളുടെ ചൂട് രക്ത ചാലുകൾ ഒഴുകി ഇറങ്ങി. മാത്യൂസ് അന്തം വിട്ടു നിൽക്കുന്നു

'ഹരി... ഡോറു തുറക്ക് !'

ഡ്രൈവർ പയ്യൻ പകച്ചു നിന്നു.' ഇത്... സാർ...'

'തൊറക്കെടാ... !!!' സീ ആർ അലറി.

പയ്യൻ പേടിച്ചു ഡോറു തുറന്നു. ഞാൻ അകത്തു കയറി. എന്റെ മടിയിലേക്കു അയാളുടെ തല കിടത്തി.

'വേറെ ആരേലും ഉണ്ടോ എന്ന് ഞാൻ നോക്കിയിട്ടു വരാം' - സീ ആർ പുറത്തേക്കു പോയി.

സീ ആർ മാറിയതും ഡ്രൈവർ പയ്യൻ മുൻ വശത്തു വന്നു, തല അകത്തേക്ക് ഇട്ടു പറഞ്ഞു...

'സാറെ, ഇത് ജോലി ആകും... നമ്മള് തട്ടിയിട്ടതാണെന്നു വേണേൽ പറയും...'

'നമുക്ക് നോക്കാം താൻ പേടിക്കാതെ...'

'അല്ല സാർ, നിങ്ങളൊക്കെ കഴിച്ചിട്ടുണ്ട്, പണി വന്നാൽ...'

'എന്താ, എന്ത് പറ്റി ?'- ഡ്രൈവറിനു പിന്നിൽ സീ ആറിന്റെ ശബ്ദം കേട്ടു. പയ്യൻ മാറിക്കളഞ്ഞു.

'...വേറെ ആരും ഇല്ല... വേഗം അടുത്ത ഹോസ്പിറ്റലിലേക്ക് വിടാം'. സീ ആർ, അയാളുടെ കാലു പൊക്കി മടിയിൽ വെച്ച് കടന്നിരുന്നു. മാത്യൂസ് പുറത്തു നിന്ന് നോക്കിക്കൊണ്ടിരുന്നു. കണ്ടാലറിയാം കുടിച്ചത് മൊത്തം ഇറങ്ങിയിട്ടുണ്ടെന്ന്. അയാൾ മുൻ വശത്തെ ഡോറിന്റെ അരികത്തു വന്നു നിന്നു...

'എന്താ ഉദ്ദേശം ?? ഇതിനേം കൊണ്ട് പോകാനാ ???'

സീ ആറിന്റെ മുഖം മാറുന്നത് ശ്രദ്ധിച്ച ഞാൻ പറഞ്ഞു -'മാത്യൂസ് കേറ്... ഇപ്പൊ ഇയാക്ക് ജീവനുണ്ട്. ഇവിടെ ഇട്ടേച്ച പോകാൻ പറ്റില്ല!.'

'ഇനി വല്ലോം വന്നാ നിങ്ങള് ളുങ്ങിക്കോണം... ഞാൻ നിക്കൂല.'

'ഇയ്യാള് കേറണെങ്കിൽ കേറ്... ഇല്ലേൽ അടുത്ത വണ്ടി പിടിച്ച പൊയ്ക്കോ, ഡാ വണ്ടി എട്'- സീ ആറിന്റെ ഉറച്ച ശബ്ദം. മാത്യൂസ് മുൻ സീറ്റിൽ കയറി ഇരുന്നു.

ആദ്യം ഒന്ന് അറച്ചെങ്കിലും, ഡ്രൈവർ കൂടുതൽ തർക്കിക്കാൻ നിക്കാതെ വണ്ടി എടുത്തു. വണ്ടിക്കുള്ളിൽ രൂക്ഷമായ രക്ത ഗന്ധം. എനിക്ക് ഛർദിക്കാൻ തോന്നി. ചുറ്റിനും സഞ്ചരിക്കുന്ന പ്രകാശ ഗോളങ്ങൾക്കു വേഗത കൂടി. ഞാൻ മടിയിൽ കിടക്കുന്ന ആളിന്റെ മുഖത്ത് നോക്കി... ഇപ്പൊ മുഖമാകെ ചോര പടർന്നിറങ്ങിക്കഴിഞ്ഞു. ഒരു അമ്പതു വയസ്സിനോടടുത്തു പ്രായം കാണും. വെള്ള ഷർട്ടും മുണ്ടും വേഷം... അയാൾ മെല്ലെ കണ്ണ് തുറന്നു... എന്റെ മുഖത്ത് നോക്കി. പരിചയം ഉള്ള ആരെയോ കണ്ടത് പോലെ ഉള്ള ഭാവം...

'ഇല്ല സുഹൃത്തേ, നിങ്ങള്ക്ക് എന്നെ അറിയില്ല...'

അയാളുടെ ചുണ്ടൊന്നു ചലിച്ചു.ഒരു പിഞ്ചു കുഞ്ഞു മയക്കത്തിലെന്ന പോലെ അയാൾ ചെറുതായൊന്നു മന്ദഹസിച്ചു. മനസ്സ് മരവിപ്പിക്കുന്ന കാഴ്ചയിലും ആ പുഞ്ചിരിക്ക് ഒരു സൗന്ദര്യം ഉണ്ടെന്നു തോന്നി.

ഡ്രൈവർ പയ്യൻ ഹോൺ മുഴക്കി പറപ്പിക്കുകയാണ്. അയാൾ എന്റെ മുഖത്തേക്ക് നോക്കി പുഞ്ചിരിച്ചു കൊണ്ടിരുന്നു... പിന്നെ... പതിയെ... കണ്ണടഞ്ഞു... ചുണ്ടിലെ ചിരി മാഞ്ഞു.മുഖം ഒരു വശത്തേക്ക് ചരിഞ്ഞു.

ഞാൻ മനസ്സിലാക്കി... 'മരണം'!

ചിറിപ്പാഞ്ഞു പോകുന്ന പഴയ ഇൻഡിക്ക യുടെ പിന്നിൽ നിന്നും...

എന്റെ മടിയിൽ നിന്നും...

മരണത്തിന്റെ കറുത്ത പക്ഷികൾ അയാളുടെ ജീവൻ കൊത്തിയെടുത്തു കൊണ്ട് പറന്നകന്നു.

ഭൂമിയിലെ ഒരായുസ്സ് എന്റെ മടിയിൽ കിടന്നു യാത്ര ആകുന്നു...

ഞാൻ സീ ആറിനെ നോക്കി, അയാൾ പുറത്തേക്കു നോക്കി ഇരിക്കുകയാണ്. മാത്യൂസ് പൂർണ്ണ മൗനത്തിലും.

ഡ്രൈവർ പയ്യനോട് ധൃതി പിടിക്കണ്ട എന്ന് പറയാൻ തോന്നി - പറഞ്ഞില്ല.

ഞാൻ ഓർത്തു... ആരാണിയാൾ... ??ആരുമില്ലാത്ത ഇടത്തു ഇയാൾ എങ്ങോട്ടു നടന്നു പോകുന്നു. ആരാണിയാളെ ഇടിച്ചിട്ടു, കടന്നു പോയത്...

ഇനി പ്രസക്തിയില്ലാത്ത കുറെ ചോദ്യങ്ങൾ... അയാളോടൊപ്പം മരിക്കുന്നു...

വണ്ടി ഒരു ഇട വഴിയിലേക്ക് തിരിഞ്ഞു കയറി. ഒരു ചുവന്ന കുരിശും കട്ടിലും... ആശുപത്രി !

വലുതല്ലാത്ത ഒരു ആശുപത്രിയിലേക്ക് വണ്ടി ചെന്ന് കയറി... സ്ട്രെച്ചറും കൊണ്ട് ആള് വന്നു. രക്തം കാണാൻ കാഴ്ചക്കാരും കൂടി.

അയാളെ അകത്തേക്ക് കൊണ്ട് പോയി. ഒരു പ്യൂൺ വന്നു പറഞ്ഞു.

'ആക്സിഡന്റാണ് !! പോകരുത്... പോലീസിൽ അറിയിച്ചിട്ടുണ്ട്...'

ഇവിടെ കാണും എന്നമട്ടിൽ സീ ആർ കൈ പൊക്കി കാണിച്ചു.

പൊലീസെന്ന് കേട്ടപ്പോ ഡ്രൈവർ പൈയ്യൻ നിന്ന് പരുങ്ങി.

'നീ വിട്ടോ, ഞങ്ങൾ ഇവിടെ കാണും' - സീ ആർ പറഞ്ഞു., രക്ഷപെട്ട ഭാവത്തിൽ ഡ്രൈവർ.

എനിക്ക് ഭയം അധികരിച്ചു. - 'സീ ആറേ നമ്മൾ കഴിച്ചിട്ടുണ്ട്, പോലീസ് വന്നാ...'

'ഇയാൾ സമാധാനപ്പെട്ടു... ഒരു കുഴപ്പവും ഇല്ല'

നേതാവാണ് സീ ആർ. അയാൾ പറയുന്നത് വിശ്വസിക്കാം. അയാൾ ഡ്രൈവർ പയ്യന്റെ കാശ് കൊടുത്തു വിടാൻ പോയി. പിന്നാലെ മാതൃസും.

ഒരു പ്യൂൺ പയ്യൻ ഓടിക്കിതച്ചു വന്നു കുറച്ചു സാധനങ്ങൾ കയ്യിൽ വെച്ച് തന്നു.

'നിങ്ങടെ ആരെങ്കിലും ആണോ?'

'അല്ല, റോഡിൽ ആക്സിഡന്റായി കിടക്കുവാരുന്നു'

'അയാളുടെ സാധനങ്ങളാ... ആള് മരിച്ചു.!'

പ്യൂൺ പോയി. ഞാൻ സാധനങ്ങൾ നോക്കി...

ഒരു പൊട്ടിയ പേന

രക്തം പുരണ്ട ഒരു 50 രൂപ നോട്ട്

രക്തം പടർന്നിറങ്ങിയ ഒരു കടലാസ്സ്

ചില്ലു തകർന്നുപോയ ഒരു ടൈമെക്സ് വാച്ച്

ഒരു പഴയ ഫോട്ടോ... രക്തത്തിൽ കുതിർന്നു പോയി, ഒന്നും കാണാൻ ആവുന്നില്ല. പിന്നിൽ സീ ആറിന്റെ കൈ.

'അയാള് മരിച്ച്' ഞാൻ പറഞ്ഞു...

സീ ആർ ഒന്ന് മൂളി - 'നമ്മളെ കൊണ്ട് പറ്റുന്നത് നമ്മൾ ചെയ്തു'

പിന്നിൽ മാത്യൂസ് താല്പര്യമില്ലാത്ത മട്ടിൽ തൂങ്ങി തൂങ്ങി നിന്നു... കുറച്ച് സമയം കഴിഞ്ഞു പോലീസ് വന്നു.

ഞാൻ ആ കടലാസു കഷ്ണം തുറന്നു നോക്കി... ഏതൊക്കെയോ എഴുതിയിട്ടുണ്ട്... പക്ഷേ രക്തം പടർന്നു അക്ഷരങ്ങൾ കാണാൻ വയ്യ.

എന്തായിരിക്കും അയാൾ എഴുതികൊണ്ടു നടന്നത്. ഒരു മരണ കുറിപ്പോ?? അപ്പോൾ ഇതൊരു ആത്മഹത്യയോ?. സീ ആർ പോലീസുമായി സംസാരിച്ചുവന്നു. അയാളുടെ സാധനങ്ങൾ ഞാൻ പോക്കറ്റിൽ ഇട്ടിരുന്നു. അതൊക്കെ ഒരു കോൺസ്റ്റബിളിന് കൊടുത്തു.

'ആരാണെന്നു അറിയാൻ കഴിയുമോ ?'- ഞാൻ ചോദിച്ചു

'എങ്ങനെ അറിയും ?? സാധാരണ മൊബൈല് കാണും - വീട്, ഭാര്യ, എന്നൊക്കെ നമ്പര് കാണും... ഇതിപ്പോ ഒന്നും ഇല്ല...'

'എന്നാലും...'

'ലോക്കൽ എഡിഷൻ പത്രത്തിൽ കൊടുക്കും... ആരേലും അന്വേഷിച്ചു പിടിച്ചു വന്നാ വന്നു... ഇല്ലേൽ... മെഡിക്കൽ കോളേജ് പിള്ളേര് കീറിപ്പടിക്കും '

ഞാൻ ഓര്ത്തു... അയാൾ എന്തോ എഴുതിവെച്ചിരുന്നു... ആരോടോ പറയാൻ... ആരെയോ അറിയിക്കാൻ... ഒരു പക്ഷേ ആ ആൾ ഞാൻ ആണെന് കരുതിക്കാണും... ആ പുഞ്ചിരി എനിക്ക് ഓർമ്മ വന്നു...

ആ തുണ്ടു കടലാസ്, ഇനി അത് പോലീസിന്റെ മാറാല കെട്ടിൽ...

'ഇനിയിപ്പോ വിട്ടാലോ ???' സീ ആർ ചോദിക്കുന്നു...' എന്താ മത്തായീ'

'ഉവ്വ, കുടിച്ചതും പോയി... ഉറക്കവും പോയി...' മാത്യൂസ് പരിഭവം പറഞ്ഞു...

'ഒരു വണ്ടി വിളിക്കാം'

'എനിക്ക് വേണ്ടാ...' ഞാൻ പറഞ്ഞു.

'ഇയ്യാക്കു എന്ത് പറ്റി... ഈ നട്ടപ്പാതിരയ്ക്കു...'

'സാരമില്ല കുറച്ചു നടന്ന ബസ്സു കിട്ടും...'

'എന്താടോ മരണം കണ്ടു പേടിച്ചതാ ??'

(അതെ... എന്റെ മടിയിൽ കിടന്ന... ഒരു ജീവൻ... )

'ഒന്നുമില്ല ! ഒന്ന് നടക്കണം... ആകെ ഒരു വല്ലായ്മ' ഞാൻ നുണ പറഞ്ഞു...

'എന്തോ ചെയ്യൂ... എനിക്ക് വീട് പറ്റണം, സീ ആർ വാ...' മാത്യൂസ് പറഞ്ഞു.

ഒന്ന് അർത്ഥം വെച്ച് ചിരിച്ച്, എന്റെ തോളിൽ തട്ടി, സീ ആറും നടന്നു...

ഞാൻ റോഡിലേക്ക് നടന്നു. കൈ വെച്ചപ്പോൾ പോക്കറ്റിൽ തടഞ്ഞു... ഒരു രക്തം പടർന്ന 50 രൂപ നോട്ട്.

ഞാനതു വഴിയിൽ കണ്ട കാണിക്ക വഞ്ചിയിൽ ഇട്ടു...

നീല മേഘം പരന്നൊഴുകുന്ന കറുത്ത ആകാശത്തിന്റെ താഴെ... റോബോട്ട് ഫ്രോസ്റ്റിന്റെ ഒരു കവിത ഓർമ്മ വന്നു...

മനസ്സിൽ ഒരു വേദനയായി, ഒരു അജ്ഞാത സുഹൃത്തും... ഞാൻ നടന്നു...

●